LÀNG DUNG NGUYỄN VĂN HÒA

VƯỢT THOÁT

HÀNH TRÌNH ĐI TÌM TỰ DO

NHÀ XUẤT BẢN ANANDA VIET FOUNDATION

ISBN: 979-8-2955-0900-1

Thành kính tưởng nhớ và tri ân vô hạn đến bậc sinh thành: Ông bà Nguyễn Văn Viện cùng chú thím Nguyễn Văn Ức. Xin gửi lời cảm tạ chân thành đến người vợ hiền, đã suốt đời lặng lẽ hy sinh, chăm lo cho chồng và con.

MỤC LỤC

Lời nhà xuất bản
Lời Giới Thiệu
Lời Tựa

PHẦN I - HÀNH TRÌNH VƯỢT THOÁT CỘNG SẢN LẦN I

Chương 1 - Thuở Ấu Thơ & Thời Niên Thiếu (5)
Chương 2 - Vượt thoát vùng Việt Minh vào Nam năm 1954 (12)
-Đêm trốn thoát
-Đến điểm hẹn
-Đến Hải Phòng an toàn
-Tầu há Mồm
-Đến Sài Gòn
Chương 3 - Miền Nam hiền hòa nắng ấm (22)

PHẦN II - HÀNH TRÌNH VƯỢT THOÁT CỘNG SẢN LẦN II

Chương 4 - Vượt Thoát Cộng Sản năm 1975 (29)
-Bối cảnh Sài Gòn trong ngày 28-4-1975
-Ngày ra đi 29-4-1975
-Hải hành đến Subic Bay trở ngại
-Guam, điểm đến an toàn 13-5-1975
-Fort Indiantown Gap: những ngày chờ mong
-Thankgivings đầu tiên và Tết xa nhà
Chương 5 - Đời sống mới trên miền đất mới (70)
Chương 6 - Tình thời chinh chiến (81)
Chương 7 - Nhìn lại hai cuộc di cư 1954 và 1975 (99)
Chương 8 - Nhìn lại 30 năm cuộc chiến (103)

PHẦN III - HÀNH TRÌNH VƯỢT THOÁT TAM GIỚI

Chương 9 - Đường vào Đạo Phật (113)
Chương 10 - Vượt Qua Bờ Bên Kia (122)
Chương 11 - Tìm về cội nguồn tâm linh, về thăm đất Phật (130)
Chương 12 - Hành trình thăm Đức Đạt Lai Lạt Ma (153)
Lời Kết (177)
Phụ Lục
A-Về thăm quê cũ: Làng Dung Quê tôi (181)
B-Về thăm mái chùa xưa (193)
C-Quy Nhơn Ngày Về (200)
D-Công trình xây dựng thư viện điện tử trực tuyến (208)
E-Chúc thư (212)

LỜI NHÀ XUẤT BẢN

Sinh ra trong một gia đình địa chủ ở một làng quê hiền hòa miền Bắc, lớn lên trong giai đoạn khó khăn cùng cực nhất của thời chiến tranh – từ Pháp thuộc, Nhật thuộc với nạn đói khủng khiếp cướp đi hàng triệu sinh mạng, đến cuộc chiến Việt-Pháp dai dẳng dẫn tới nội chiến tương tàn do ý thức hệ ngoại lai du nhập; tác giả của tập hồi ký mang tên ghép giữa làng quê và họ mình (*Làng Dung - Nguyễn Văn Hòa*) rõ ràng không phải là người may mắn. Có lẽ ông chia sẻ số phận với bao người sinh cùng thời, như nhà thơ Vũ Hoàng Chương đã từng than: "*Lũ chúng ta đầu thai nhầm thế kỷ*".

Tập hồi ký là một câu chuyện gia đình mang tính riêng tư, như chính tác giả mô tả, nhưng được lồng ghép khéo léo vào dòng lịch sử nổi trôi của dân tộc và những biến thiên của kiếp người. Qua tác phẩm, ông dẫn dắt người đọc lạc bước vào miền ký ức, bắt đầu từ một làng quê thanh bình ngập tràn lúa nước, với những cánh diều vi vu trên cánh đồng Bắc Bộ. Rồi đột ngột, theo cha mẹ, bỏ nhà cửa, họ hàng, làng xóm, lén lút trốn chạy trong đêm tối ra cảng biển Hải Phòng, xuôi Nam tìm tự do. Hai mươi năm sau, khi miền Nam thất thủ, tác giả lại một lần nữa liều mình vượt thoát chế độ cộng sản, ra đi tìm tự do nơi xứ lạ.

Trong cơn hoảng loạn hấp hối của Sài Gòn, giữa nỗi sợ hãi cộng sản ngập tràn, tác giả đã bỏ lại gia đình phía sau để cùng người bạn thân bắt đầu cuộc hành trình về miền vô định trên con thuyền viễn xứ ra khơi. Không như con thuyền viễn xứ chèo qua dòng suối mơ huyền ảo của Văn Cao hay con thuyền không bến lững lờ trên sóng nước của Đặng Thế Phong, mà là con tàu viễn dương xa bờ, vượt sóng gió đại dương qua các vùng biển Côn Sơn, Subic Bay, Guam, Wake, rồi bồng bềnh trên không, vượt nửa vòng Trái Đất đến bên kia bờ Thái Bình Dương.

Nội dung tập hồi ký dường như chưa có hồi kết, gồm ba phần chính cùng một số phụ lục. Phần đầu kể về cuộc trốn thoát khỏi vùng Việt Minh cộng sản trong đêm tối đầy hiểm nguy – lúc ấy, toàn miền Bắc ngoại trừ Hải Phòng đã rơi vào tay cộng sản. Phần thứ hai là hành trình vượt thoát băng qua biển Thái Bình Dương mênh mông khi miền Nam thất thủ. Phần thứ ba miêu tả cuộc lữ hành một mình đi tìm miền tự do đích thực.

Qua hai lần vượt thoát chế độ cộng sản độc tài, tác giả tự thú rằng mình đã tìm được tự do, song vẫn còn nhiều hạn chế, chưa phải thứ tự do ông hằng mong mỏi – một thứ tự do đích thực, hoàn toàn không bờ không bến. Ông đã có chiếc la bàn dẫn lối, đã tìm ra phương cách đi, đã lên đường và vẫn đang tiếp tục cuộc hành trình độc đạo, một mình bước trên con đường thiên lý ấy.

Mời quý độc giả lạc bước vào miền ký ức của tác giả từ thuở niên thiếu: bắt đầu từ một làng quê thanh bình miền Bắc, lặn lội ra cảng biển Đồ Sơn - Hải Phòng, xuống tàu theo đường duyên hải xuôi Nam; rồi hai mươi năm sau, vượt biển Thái Bình Dương đến vùng đất mới xa quê hương vạn dặm. Qua một thời gian dài bằng nửa thế kỷ, ông rong ruổi qua các miền đất lạ: Pennsylvania, New York, Missouri, Mississippi,

Texas và California. Đến nay, khi tóc đã nhuộm màu thời gian, tác giả vẫn miệt mài hành trình tìm về nơi ông hằng ao ước – miền an lạc tự do đích thực, nơi không có hận thù chiến tranh tàn phá, nơi vắng bóng tham sân si của kiếp người.

Trân trọng giới thiệu,

Nhà xuất bản Ananda Viet Foundation
California, Hoa Kỳ

LỜI GIỚI THIỆU

Tôi vô cùng xúc động và hoan hỷ khi được đọc trước bản thảo cuốn hồi ký **"Vượt Thoát – Hành trình đi tìm tự do"** của người em ruột thân thiết. Chúng tôi đã cùng nhau lớn lên trong một gia đình truyền thống Bắc Bộ, nơi mỗi viên gạch, mỗi hàng cây đều thấm đẫm dấu ấn lịch sử của dân tộc.

Như các nhà sử học chân chính thường khẳng định: Lịch sử đích thực không phải là những bản tường trình của phe chiến thắng, mà là những mảnh ký ức được ghi lại từ muôn ngàn cá nhân – không bị bóp méo bởi định kiến hay toan tính. Cuốn hồi ký này chính là một mảnh ghép quý giá như thế: **chân thực, mộc mạc, không tô vẽ, không hoa mỹ** – đúng như bản chất của người viết, một chuyên viện kỹ thuật hơn là một nhà văn.

Chúng tôi là hai anh em kế nhau trong sáu người con của gia đình. Tuy tôi lớn hơn em hai tuổi, nhưng từ thuở thiếu thời, chúng tôi đã gắn bó như hình với bóng. Bạn bè thường nhầm lẫn chúng tôi – không chỉ vì ngoại hình tương đồng, mà còn vì sự đồng điệu trong tâm hồn.

Ngày **30 tháng 4 năm 1975** – ngày Sài Gòn thất thủ – là một vết cắt sâu trong lịch sử dân tộc và trong đời mỗi người Việt Nam. Những ai từng một lần trốn chạy cộng sản từ miền Bắc vào Nam đều thấu hiểu nỗi hoảng loạn khi ấy. Người ta nói: "Nếu cột đèn có chân, nó cũng đi." Và quả thật, người em tôi đã đi – bằng tất cả ý chí, bằng cả nước mắt, và bằng cả sinh mạng nếu cần – để tìm đến ánh sáng của tự do.

Tôi còn nhớ, suốt nhiều đêm sau đó, tôi ngồi bên bờ sông cư xá Thanh Đa, nhìn về phía bến Bạch Đằng, nơi ánh sáng lập lòe như lời gọi từ phương xa. Tôi đã hình dung đó là ánh sáng của bến cảng San Francisco – nơi người em tôi đang tiến tới. Tôi thầm mong một ngày anh em sẽ gặp lại nhau nơi đất Mỹ.

Chú em tôi từng nói: chính **nghiệp lực** đã đưa đẩy bước chân ra đi – một lực đẩy vượt qua cả tình thân, vượt qua cả nỗi sợ. Và kỳ diệu thay, chỉ sáu năm sau, vợ con chú đã đoàn tụ trong đợt đầu tiên. Kế đó, chính chú đã bảo lãnh toàn bộ đại gia đình chúng tôi sang Mỹ. Tình cảm và sự giúp đỡ ấy của chú thím, tôi mang ơn vô cùng.

Hôm nay, tôi trân trọng giới thiệu tập hồi ký này đến quý độc giả – những ai quan tâm đến khúc quanh đen tối của lịch sử Việt Nam cận đại, và những ai vẫn tin rằng: **trong tận cùng của chia ly, vẫn có ánh sáng của đoàn tụ; trong tận cùng của khổ đau, vẫn có hy vọng của tự do.**

Nguyễn Đình Lâm *

(*) Nguyên là nhà giáo giảng dạy tại các trường Trung học Kỹ thuật Cao Thắng, Sài Gòn và Trung học Kỹ thuật Đà Nẵng. (ghi chú của tác giả)

LỜI TỰA

Duyên khởi cho những dòng chữ này bắt nguồn từ lời tâm huyết da diết của một nhà sử học chân chính (*). Ông khuyên rằng, mỗi người Việt chúng ta nên khắc ghi hồi ký cá nhân – bởi lịch sử thu nhỏ chính là những trang đời riêng lẻ, là gia phả ấm áp của từng gia đình, gộp chung lại sẽ thành dòng sông hùng vĩ của một dân tộc, của nhân loại muôn thuở.

Viết nên lịch sử đất nước là trách nhiệm thiêng liêng của mỗi chúng ta, để giữ gìn và soi sáng những góc khuất, vì lịch sử thường bị bẻ cong bởi ngòi bút của bên chiến thắng, bởi những con người phục vụ cho thể chế chính trị thiếu bóng dáng khách quan. Như nhà Tần bên Trung Hoa xưa, khi Tần Thủy Hoàng lên ngôi, ông đã cho thiêu rụi muôn vàn sách vở, xóa nhòa bao dòng chảy tri thức. Hay ở Việt Nam ta, khi miền Bắc chiếm miền Nam vào ngày 30 tháng 4 năm 1975, chính quyền mới cũng ra lệnh càn quét, đốt sạch sách vở miền Nam (*xem chương 6 – đoạn 3 trang 86*)). Gần đây hơn, ngày 15 tháng 5 năm 2005, tại đảo Galang, Indonesia, một tấm bia đá cẩm thạch bề ngang ba mét, cao một mét, khắc dòng tưởng niệm những thuyền nhân Việt Nam hy sinh trên hành trình tìm tự do, đã bị chính quyền Indonesia đục bỏ theo yêu cầu từ Hà Nội – chỉ vì trên đó có ghi hai chữ "tự do". Bên chiến thắng không muốn lịch sử mới do họ viết có những vết đen loang lổ về chính mình.

Tập hồi ký này được dệt nên từ một bản nháp nhật ký viết tay, những nét chữ run rẩy ghi lại sự kiện và nỗi niềm trên con đường vượt thoát cộng sản, giữa biến cố lịch sử day dứt ngày 30 tháng 4 năm 1975 – ngày miền Nam Việt Nam thất thủ trước Bắc quân. Vì là hồi ký, các địa danh, nhân vật và thời gian được giữ nguyên vẹn, như những viên ngọc thô tôn vinh sự thật, để muôn thế hệ sau có thể lần theo dấu vết nguồn cội. Ngay cả tên tác giả cũng là tên thật trong gia phả dòng họ, ghép kèm địa danh nơi ông chào đời, như lời thì thầm của quê hương bất diệt.

Theo dòng vận nước nổi trôi như sóng cuộn, tập hồi ký là một câu chuyện gia đình riêng tư, da diết, được lồng ghép vào khung cảnh lịch sử đen tối của dân tộc, trong khoảng thời gian từ năm 1945 đến 1975 – khi toàn khu vực Đông Dương bị tàn phá bởi một trong những cuộc chiến tranh dài nhất, cay đắng nhất thế kỷ XX. Riêng cuộc chiến tranh Việt Nam đã cuốn hút hàng triệu người Việt và quân nhân Pháp, Mỹ, Úc, Thái, Anh, Hàn vào vòng xoáy chết chóc, tàn phá; nó khắc sâu nỗi đau vào cuộc sống muôn dân. Số người tử vong từ các bên – hầu hết là người Việt – cộng lại hơn ba triệu sinh mạng, và có thể nói, đó là cuộc chiến dai dẳng nhất, một nội chiến do ý thức hệ tự do tư bản và độc tài cộng sản va chạm, đồng thời là bãi thí nghiệm cho các loại vũ khí, học thuyết, chiến lược mà Trung Quốc, Liên Xô và Mỹ thử nghiệm tại đây.

Tôi chào đời vào đầu mùa Thu năm 1943, giữa bối cảnh gió tanh mưa máu ấy. Năm lên 11 tuổi, theo cha mẹ di cư vào miền Nam tìm tự do năm 1954. Hai mươi năm sau, năm 1975, khi tôi 32 tuổi, cùng người bạn thân, tôi rời bỏ gia đình thân yêu, lần nữa lao mình vào hành trình vượt thoát cộng sản khi Bắc quân tràn ngập miền Nam. Khoảng lặng giữa hai biến cố ấy chỉ vỏn vẹn hai mươi năm, mà đất nước tôi chỉ có được sáu năm ngưng nghỉ chiến tranh, để người dân nếm chút bình yên mong manh như sương mai.

Hai lần vượt thoát cộng sản – hai biến cố lớn lao trong đời

tôi, cũng như trong dòng lịch sử cận đại Việt Nam – gắn liền với hai cuộc di cư vĩ đại: năm 1954 và 1975. Cuộc di cư 1954 kéo dài 300 ngày, từ ngày 15 tháng 8 năm ấy – một tháng sau Hiệp Định Genève chia cắt đất nước thành hai miền – đến ngày 15 tháng 5 năm 1955, khi chiếc tàu chở dân di cư cuối cùng rời Đồ Sơn, Hải Phòng, xuôi Nam trong nỗi niềm chia lìa. Cuộc di tản 1975 kéo dài ba năm, từ ngày 30 tháng 4 năm 1975 đến năm 1988, khi Liên Hợp Quốc chính thức đóng cửa các trại tị nạn Đông Nam Á, để lại những vết sẹo vẫn còn rỉ máu của dân tộc tôi.

Đến nay, tôi đã bước qua tuổi 83, với mười năm tuổi thơ ở miền Bắc, hai mươi năm tuổi thanh xuân ở miền Nam, và nửa thế kỷ còn lại trôi qua bên kia bờ đại dương. Nhìn lại quãng đời, lòng tôi chợt da diết tự hỏi: Phải chăng vì lý tưởng tự do mà gần một triệu người Bắc bỏ làng mạc ruộng vườn, di cư vào Nam năm 1954; và hàng triệu người Việt bỏ xứ ra đi năm 1975? Đâu là nguyên nhân sâu thẳm, đâu là mục tiêu đích thực? Nguyên nhân thì muôn vàn, nhưng tựu chung vẫn là nỗi chán ghét chế độ độc tài cộng sản, khát khao thoát khỏi gông cùm kìm kẹp của chuyên chế. Với riêng tôi, ngoài mục đích chung, tôi vẫn miệt mài mưu tìm lý tưởng tự do cho riêng mình – một thứ tự do vượt ngoài nghĩa thông thường, một thứ tự do đích thực, tự do tuyệt đối, tự tại hoàn toàn trong tư tưởng, như cánh chim sổ lồng bay về trời xanh vô tận.
Tập hồi ký này chưa có hồi kết, vì người viết vẫn độc hành, lênh đênh qua bờ kia, hướng về miền tự do đích thực – nơi những giấc mơ không còn bị xiềng xích.

(*) *Tiến sỹ Alex Thái Đình Võ là Phó Giáo sư Sử học tại Trung tâm Việt Nam học, Đại học Kỹ thuật Texas (Vietnam Center, Texas Tech University). Ông nhận bằng tiến sỹ sử học tại Đại học Cornell*

PHẦN I

HÀNH TRÌNH VƯỢT THOÁT CỘNG SẢN LẦN I

CHƯƠNG 1

THƯỞ ẤU THỜI & THỜI NIÊN THIẾU

(Ảnh tác giả năm 12 tuổi)

Tôi chào đời trước ngưỡng cửa của cơn ác mộng đói khát khủng khiếp và thê lương nhất trong dòng chảy lịch sử Việt Nam, như một bóng hình mong manh lạc lõng giữa gió tanh mưa máu. Nạn đói ấy ập đến từ khoảng tháng 8 năm 1944, khi tôi vừa tròn một tuổi, kéo dài đến cuối năm 1945, với cao trào vào tháng 3 – được gọi là "**Trận Đói Tháng Ba Năm Ất Dậu**", như vết thương lòng không bao giờ lành. Thầy mẹ tôi thường kể lại với giọng trầm buồn, rằng trong ký ức ông bà, cơn đói Ất Dậu vẫn là bóng ma ám ảnh, nỗi nhức nhối day dứt cho bao người Việt sống qua

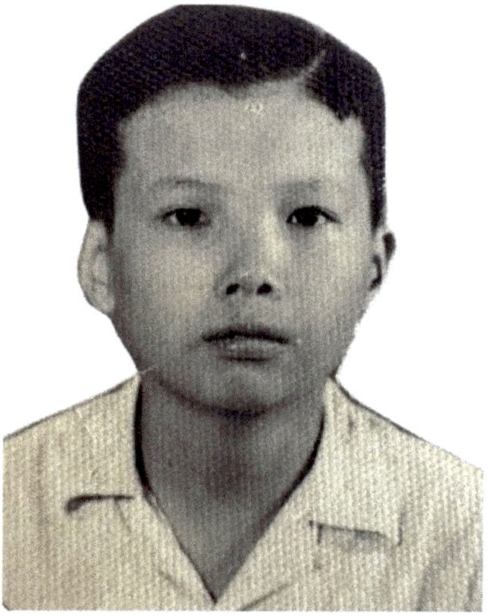

thời ấy, như thi sĩ Bàng Bá Lân đã khắc họa cảnh tượng kinh hoàng qua những vần thơ da diết:

Năm Ất Dậu tháng ba còn nhớ mãi,
Giống Lạc Hồng cực trải lắm đau thương!
Những thây ma thất thểu đầy đường,
Rồi ngã gục không đứng lên vì... đói!

Năm ấy, trời đất như nổi giận, khí hậu thay đổi bất thường: mùa đông giá rét thấu xương, mùa hè nắng cháy da thịt, đồng ruộng khô cằn nứt nẻ từng mảng, cây trái xơ xác như linh hồn lạc lối, ruộng vườn hoang vắng tiêu điều. Thêm vào đó, côn trùng hoành hành phá phách mùa màng – thầy mẹ tôi hay thì thầm rằng đó là điềm trời hung dữ, hay ông trời quở phạt những bất công của kiếp người. Không chỉ cánh đồng hàng ngàn mẫu của thầy mẹ tôi úa tàn, mà khắp nơi, lúa cũng chết vàng úa trước khi kịp trổ đòng đòng, như lời than van của đất mẹ bị ruồng bỏ.

Tuy nhiên, sử sách ghi chép rằng thời tiết chỉ là nguyên nhân phụ, còn cội rễ sâu xa nằm ở hậu quả của cuộc chiến tranh tàn khốc với thực dân Pháp và quân phiệt Nhật – những bóng đen nuốt chửng hơi thở sự sống.

Hết Pháp đến Nhật, chúng cưỡng bức dân lành nộp thóc, nộp thuế: thuế đinh, thuế điền, thuế tô – những gánh nặng như xiềng xích siết chặt cổ họng. Chưa dừng lại, nhu cầu chiến tranh khát máu còn bắt người dân bỏ ruộng lúa để trồng cây đay, giải quyết nạn khan hiếm vải vóc; trồng cây thầu dầu hay đậu lạc (đậu phộng) để chế nhiên liệu thay thế dầu hỏa. Thêm nữa, máy bay thực dân Pháp oanh tạc cầu cảng, đường biển và đường ray xe lửa Bắc-Nam, khiến gạo từ miền Nam không thể chở ra tiếp tế cho miền Bắc – dòng chảy sự sống bị bít tắc như mạch nguồn cạn kiệt. Đó chưa kể Pháp và Việt Minh cùng nhau trưng thu, tận dụng lúa gạo từ đồng bào ở vùng mình kiểm soát: Việt Minh giao nộp cho quan Tàu theo tỷ lệ một phần cho mình, hai phần cho Tàu; còn với Pháp, chúng bổ sung vào kho dự trữ an ninh thực phẩm, phòng hờ một cuộc chiến lớn ập đến bất cứ lúc nào.

Cũng theo lời thầy mẹ tôi kể, dưới triều vua Bảo Đại, cơn đói lan từ thôn quê heo hút ra thành thị nhộn nhịp, dân chúng khắp nơi kiệt quệ, không gạo mà ăn, nhà nông hết thóc nộp tô, lũ lượt kéo đến các nhà giàu vay mượn. Nhưng phần lớn họ từ chối, để dành thóc bán cho Pháp rồi cho Nhật – những kẻ ngoại bang như sói dữ giữa bầy chiên. Thế là người nông dân chết đói hàng loạt, đến nỗi cả một làng xã tan biến trên bản đồ, như những hồn ma lạc lối trong sương mù. Khi nạn đói lên đỉnh điểm tháng 3 năm 1945, xác người nằm la liệt không phân biệt nam nữ, già trẻ; các tình nguyện viên từ thiện xã hội lầm lũi nhặt nhạnh, tập trung thành đống để chờ xe chở đi chôn tập thể – cảnh tượng như địa ngục trần gian, nơi hơi thở sự sống tắt ngấm trong gió lạnh.

Đã đói khát triền miên, lại thêm giá rét bất thường mùa đông năm ấy càng làm cơn ác mộng thêm phần tàn khốc, công tác đồng áng cho vụ mùa sau không thể thực hiện, đẩy nỗi thống khổ lên tột cùng – như linh hồn dân tộc bị bóp méo trong bàn tay định mệnh.

Kết quả của nạn đói Ất Dậu được lịch sử khắc ghi như một tai ương kinh hoàng, để lại dấu ấn không phai trong tâm khảm những người Việt sống qua thập niên 1940. Người ta ước tính số nạn nhân giữa mùa thu 1944 và mùa đông 1945 vượt quá một triệu người; ông Hồ nói hơn hai triệu, khiến dân số miền Bắc tụt xuống dưới bảy triệu người. Đồng thời, đó cũng là một trong những ngòi nổ dẫn đến chính biến 19 tháng 8 năm 1945, ngày Việt Minh cướp chính quyền, ngay sau khi Nhật đầu hàng Đồng Minh ngày 15 tháng 8 – như cơn bão tố cuốn phăng những tàn dư của bóng tối.

Riêng với gia đình và họ hàng thầy mẹ tôi, may mắn như sợi chỉ mong manh giữa gió bão, đã bình an qua cơn hoạn nạn ấy. Thầy mẹ tôi, theo lời chú Nguyễn Văn Ức – em ruột thầy tôi – kể cho anh Lâm, người anh kế tôi, trong dịp chú từ miền Bắc vào miền Nam sau ngày 30 tháng 4 năm 1975 (*lúc ấy tôi đang ở Mỹ*), đã mở kho thóc dự trữ trong nhà, phát chẩn cho đồng bào làng xóm để chống chọi cơn đói. Ban đầu, mỗi gia đình nhận ba cân thóc mang về; dần dà kho vơi, thầy mẹ tôi chuyển sang giã gạo nấu cơm, vắt thành nắm, mỗi nắm chừng hai đến ba bát. Mỗi sáng, dân làng xếp hàng trước cổng, thầy mẹ tôi phát cho mỗi người một nắm – trẻ con hay người lớn đều bình đẳng như nhau. Những ngày sau, kho thóc tiếp tục cạn kiệt trong khi số người đói kéo đến càng đông, thầy mẹ tôi đành thôi phát cơm, chuyển sang nấu cháo hằng đêm, đến sáng phân phát đều đặn cho bà con húp cầm hơi, san sẻ chút hơi ấm sự sống, chờ chính quyền tỉnh huyện hay Hà Nội đến cứu vớt – như những giọt nước mắt lặng lẽ rơi giữa sa mạc khát.

Cũng cần mở dấu ngoặc ở đây: Khi làm việc có tính cách từ thiện ấy, thầy mẹ tôi chắc chẳng hay biết mình đang gieo hạt nhân lành, chẳng màng đến ngày được đền ơn đáp trả. Thế mà chín năm sau, hạt giống ấy đã đơm hoa kết trái, cứu thầy tôi khỏi lưỡi dao thanh trừng bởi Việt Minh cộng sản.

Cũng theo chú Ức tôi kể, khi ấy tôi khoảng tám hay chín tuổi, các làng xã trong huyện rơi vào tay Việt Minh, chúng lập ủy ban kháng chiến hành chính để cai trị dân làng như những bóng ma quyền lực. Một hôm, chúng mời thầy tôi – lúc đó làm lý trưởng làng, tức xã trưởng ngày nay – và ông lý phó lên trụ sở làm việc. Thầy tôi bận việc, hẹn ngày mai đến.

Chiều tối hôm ấy, khi trời còn nhá nhem sương hoàng hôn, một người trong ủy ban đã bí mật gõ cửa nhà, báo tin ông phó lý đã bị đi "mò tôm" (*) rồi, và khuyên thầy tôi trốn gấp vì án tử đã treo lơ lửng. Thế là thầy tôi vội thu gom vài bộ quần áo vào tay nải, lìa xa gia đình, trốn khỏi làng lên tỉnh ngay trong đêm – thoát chết trong đường tơ kẽm tóc. Người cứu mạng ấy chính là một trong những kẻ thầy mẹ tôi từng cứu trong nạn đói Ất Dậu, chín mười năm trước. Chú Ức tôi kể thêm như vậy.

Bát cháo cứu đói năm xưa đã cứu thầy tôi, cứu cả gia đình tôi. Quả thực, **nhân quả là điều có thật**, là sợi chỉ đỏ dệt nên số phận, với những tương quan, tương duyên mật thiết từ hành động con người, từ ý nghĩ đến lời nói. Tất cả quả lành hay dữ chúng ta đang nếm trải hôm nay, đều có gốc rễ từ nhân đã gieo trồng trong quá khứ. Nhân quả là lẽ thật thiêng liêng. Nếu không có lòng từ của thầy mẹ tôi mở rộng kho thóc, không có những bát cháo ấm áp giữa cơn giá rét, không có tiếng gõ cửa bí mật giữa đêm khuya, thầy tôi có lẽ đã cùng chung số phận với ông phó lý, đi "**mò tôm**" trong bóng đêm. Lúc ấy, mẹ tôi liệu có thể gồng gánh nổi sáu đứa con, với đứa nhỏ nhất chỉ mới năm tuổi? Số phận anh em chúng tôi ra sao – có lẽ mỗi đứa trôi dạt một phương, đứa đầu đường, đứa xó chợ, tan tác như lá mùa thu. Xin tri ân thầy mẹ từ cõi lòng sâu thẳm của con, tri ân chú thím Nguyễn Văn Ức, và người anh hùng vô danh gõ cửa báo tin – những vì sao lấp lánh dẫn lối qua đêm đen.

THỜI NIÊN THIẾU

Dù sinh ra trong một gia đình giàu có, nhà cao cửa rộng, ruộng vườn thẳng cánh cò bay, người ăn kẻ ở ra vào tấp nập như dòng sông quê êm đềm, nhưng tuổi thơ và thời niên thiếu của tôi – từ ngày chào đời đến năm lên 11 tuổi – không phải là những tháng ngày hồn nhiên nô đùa, đánh đu đánh đáo dưới nắng vàng, mà toàn là lẽo đẽo theo chân thầy mẹ tôi chạy loạn, hết tản cư lại về quê, rồi lại tản cư trong hoàn cảnh nước nhà điêu linh, chết chóc và tàn phá do di chứng nạn đói cùng cuộc chiến tương tàn giữa những người cùng màu da, tiếng nói, chạy theo ngoại bang tranh giành quyền lực cai trị mảnh đất hình chữ S thân yêu.

Sống ở quê, tôi không có được những năm tháng thanh bình như cánh diều vi vu trên đồng nội, thầy mẹ tôi phải trôi nổi theo vận nước nổi trôi, có khi lén lút trốn chạy Việt Minh cộng sản từ làng này sang làng khác, từ thôn quê heo hút lên thành thị nhộn nhịp, rồi cuối cùng bồng bế con cái xuôi Nam khi tôi vừa tròn 11 tuổi – như những cánh chim cắt đứt ruột để bay về trời xanh tự do.

Do chiến tranh loạn lạc, việc học hành của tôi cũng thường bị gián đoạn như dòng sông cạn kiệt giữa mùa hạn. Khi tình thế tạm yên, không phải tản cư lánh nạn, thầy mẹ tôi mời ông đồ (thầy giáo) ở luôn trong nhà dạy dỗ anh em chúng tôi bằng những nét bút lông truyền thống. Trong thời gian lánh nạn ở thành phố, tôi theo học lớp Nhì tại một trường tiểu học ở thị xã Phố Hiến, nhưng chưa đầy một niên học thì về quê khi chiến tranh tạm ngớt, sau đó di cư vào Nam, tôi tiếp tục lên học lớp Nhất – tức lớp 5 bây giờ. Chính vì vậy, nền tảng học vấn cấp tiểu học *(cấp 1)* của tôi không được tròn đầy như những cánh buồm căng gió, nên khi bước vào bậc trung học *(cấp 2 và 3 bây giờ),* nhất là ở miền Nam – một thời là nước Cộng hòa Nam Kỳ Tự trị thuộc Pháp –, tôi theo học tại Trường Trung học Kỹ thuật Cao Thắng (*Lycée Technique Cao Thắng)*, có nguồn gốc từ trường Cơ khí Á Châu (*L'École des Mécaniciens Asiatiques*), dạy toàn bộ chương trình bằng tiếng Pháp. Các thầy cô giảng bài bằng ngôn ngữ ấy, kể cả các môn văn, sử địa, đức dục và công dân giáo dục, khiến tôi phải bơi, phải lội, nhiều khi hụt hẫng như lạc giữa biển khơi. Tôi phải cố gắng lắm mới theo kịp, như cây non cố vươn mình giữa bão tố.

Nhớ lại những ngày đầu tiên đến trường, nghe thầy cô giảng bài mà ngẩn ngơ như vịt nghe sấm, tiếng Pháp xa lạ vang vọng như lời ru từ cõi mơ. Tôi còn nhớ trong giờ Văn Pháp lớp đệ thất (*lớp 6*), thầy giáo bắt tôi trả bài, đọc thuộc lòng bài thơ “Dame Souris Trotté”. Tôi phát âm tựa đề không chuẩn, có lẽ một phần do nói ngọng, mang giọng miền đồng bằng Bắc Bộ mặn mà, nên cả lớp – hầu hết là học trò người miền Nam – cười ồ lên, và từ đó họ đặt cho tôi biệt danh “Dame Souris Trotté”, như một vết sẹo vui buồn lẫn lộn trong ký ức tuổi trẻ.

Tôi còn nhớ mãi đến bây giờ, và đó là một kỷ niệm khó quên, nhất là khi đến một nơi xa lạ, tự nhiên có bạn xưa nhận ra và nhắc đến cái tên ấy, như tiếng vọng từ dòng sông tuổi thơ. Các bạn bè cùng lớp hồi đó – như Nguyễn Hữu Nghĩa, Nguyễn Hữu Trí, Cao Thanh Long, Dương Đình Thơm, Nguyễn Hội, Nguyễn Số và Đặng Quốc Văn Ái – chắc còn nhớ năm học đầu tiên ở cơ sở Phan Đình Phùng, nằm tại số 2 đường Phạm Đăng Hưng (*hình như nay đổi tên là Mai Thị Lựu*), Đa Kao, phía sau đài phát thanh Sài Gòn.

“Dame Souris Trotté” là tên một bài thơ của nhà thơ lớn Paul Verlaine, một trong những ngòi bút vĩ đại nhất nước Pháp nửa cuối thế kỷ XIX, người sáng lập trường phái thơ tượng trưng – những dòng chữ như giấc mộng lung linh. Hầu hết học sinh tiểu học ở Pháp cũng như các trường học theo chương trình Pháp tại Việt Nam đều được dạy và học thuộc lòng bài thơ này. Tôi còn nhớ mang máng bài thơ không dài, chỉ vỏn vẹn 24 dòng ngắn, chia làm sáu khổ. Học thì thuộc lòng, nhưng chẳng hiểu nội dung là gì!

(*) Tiếng lóng thời thập niên 1930-1940 chỉ hành vi thủ tiêu của người Việt Minh bằng cách tra tấn người đến chết xong bỏ vào bao bố thả xuống sông hay ao hồ.

CHƯƠNG 2
VƯỢT THOÁT VÙNG VIỆT MINH
NĂM 1954

ĐÊM TRỐN THOÁT

Vào thời kỳ chiến tranh Việt-Pháp khốc liệt nhất năm 1954, khi tôi mới 11 tuổi cùng năm anh chị em, theo thầy mẹ tôi lên thành thị lánh nạn. Được người bạn vong niên của cha tôi là ông chánh tổng huyện Tiên Lữ cho tạm cư trong khuôn viên tư dinh của ông ở thị xã Phố Hiến, tỉnh lỵ Hưng Yên. Lúc ấy, cha tôi đang làm lý trưởng xã Thiên Xuân, một làng quê yên bình thuộc huyện Tiên Lữ.

Khi Hiệp định Genève chia đôi đất nước được ký kết ngày 20-7-1954, thầy mẹ tôi đưa cả nhà trở về làng Dung thân yêu – nơi chôn nhau cắt rốn của chúng tôi, nơi ông bà nghĩ rằng chiến tranh đã lùi xa, dân chúng sẽ sống trong hòa bình an lạc, không còn cảnh loạn lạc xô bồ. Nhưng ảo mộng ấy tan vỡ nhanh chóng: làng xã đã thực sự rơi vào tay Việt Minh cộng sản, dân chúng sống dưới ách cai trị hà khắc của những kẻ từng là người giúp việc cho cha tôi. Mọi sinh hoạt hàng ngày bị kiểm soát ngặt nghèo, đến nỗi giết một con gà cũng phải báo cáo – tội nghiệp chị Hai tôi, phải lén lút chùm chăn cắt cổ nó trong đêm khuya, rồi đào đất chôn lông để xóa dấu vết, như những bóng ma lén lút giữa làng quê xưa.

Nhận thấy không thể nào sống nổi dưới sự hà khắc của cộng sản, thầy mẹ tôi quyết định di cư vào Nam. Hồi ấy, tôi còn nhỏ bé vô tư, chẳng hay biết gì về thời sự hay những thay đổi âm thầm của cuộc sống xung quanh. Dần dà, về sau mới hay nguyên nhân thầy mẹ quyết định dứt khoát xuôi Nam: "***Chúng ác quá, giết hại cả người dân lương thiện***," thầy mẹ tôi nói với chúng tôi như thế. Bây giờ nghĩ lại, quyết định ấy của ông bà thật sáng suốt và đúng đắn – một quyết định vô cùng khó khăn và quan trọng, bởi ra đi là không thể trở về, là bỏ hết ruộng vườn thẳng cánh cò bay, bỏ sản nghiệp nhà cao cửa rộng, bỏ họ hàng xóm làng, nhất là xuôi về nơi chỉ có hai mùa nắng mưa, bơ vơ xứ lạ, làm sao nuôi đàn con dại bốn trai hai gái, đứa nhỏ nhất mới lên năm tuổi.

Việc đi Nam được giữ bí mật tuyệt đối, chỉ chú thím Ức – có lẽ thêm chị đầu và anh cả – được hay biết; bốn anh em chúng tôi còn lại, như trẻ con hồn nhiên, hoàn toàn mù mờ. Mãi khi vào tới miền Nam, chúng tôi mới biết yếu tố quyết định quan trọng của ông bà là : ngoài việc đưa con cái về miền đất tự do, còn có bóng đen chính trị – hai cụ là địa chủ, sở hữu hàng ngàn mẫu đất lúa, mà các cán bộ huyện xã chính quyền mới đã bắn tiếng đòi "hiến cúng", kèm theo đe dọa đấu tố ruộng đất, lên danh sách án tử. Dân quân du kích và bần cố nông xã ấp ngày đêm canh chừng, theo dõi giới địa chủ, trong đó có thầy mẹ tôi. Vậy nên, cuộc trốn chạy ra khỏi làng đầy rẫy khó khăn và hiểm nguy, như lội qua vùng đầm lầy đen tối đầy cá sấu.

Vài năm sau ở miền Nam, chú Ức nhắn tin vào cho thầy mẹ

tôi là tòa án nhân dân huyện Tiên Lữ đã lên án tử hình rất nhiều người bị cho là địa chủ cường hào ác bá, và đã xử vắng mặt thầy mẹ tôi trong chiến dịch cải cách ruộng đất.

Cũng nên mở ngoặc ở đây: Sau ngày 30 tháng 4 năm 1975, theo lời anh Lâm tôi kể lại (*lúc ấy tôi đang ở Mỹ*), chú Ức đáp xe lửa vào Nam thăm thầy mẹ tôi, hai anh em ôm nhau khóc trong niềm sung sướng đoàn viên sau hai mươi năm xa cách. Bên tách trà mỗi sớm mai những ngày sau là những hồi ức da diết của chú kể về quãng thời gian sau khi gia đình trốn đi, và về cái đêm thầy tôi bí mật lìa bỏ làng trong bóng đêm.

Thêm một chuyện nữa: Thầy mẹ tôi tiết lộ cho chú Ức vị trí hũ vàng bạc và tiền Đông Dương chôn sâu dưới đất, gần gốc cây mít cổ thụ phía sau nhà thờ từ đường. Về sau, khi trở lại quê Bắc, chú biên thư báo đã khai quật được, mọi thứ còn nguyên vẹn, chỉ tiền giấy Ngân hàng Đông Dương là vô dụng. "Những thứ đó là của chú, phần thưởng ông trời dành cho chú. Chú đã vất vả lo cho anh chị thoát chết đến hai lần," thầy mẹ tôi hồi đáp chú như thế.

Như đã kể, cuộc trốn chạy Việt Minh cộng sản của gia đình được giữ kín, ngoài chú thím Ức – người em ruột yêu quý nhất của thầy mẹ tôi –, ông bà không hề cho họ hàng hay biết, nhất là bà con ở làng Đậu Dung quê thầy tôi và làng Đại Nại quê mẹ tôi, nơi sinh ra bà trước khi về làm dâu nhà họ Nguyễn.

Vì quyết định đi Nam hơi muộn, khi toàn miền Bắc đã thuộc quyền cai trị của Việt Minh ngoại trừ Hải Phòng nên việc trốn thoát trở nên vô cùng gian nan. Muốn đến Hải Phòng chỉ còn một con đường duy nhất: đến một trạm ngừng trên đường xe lửa nối Hà Nội – Hải Phòng, nhưng phải có giấy phép vì đi vào "vùng địch".

Theo kế hoạch, chị đầu và anh cả tôi khởi hành trước một

ngày, điểm hẹn là quán trọ có nhà hàng bên dưới gần trạm ga xe hỏa. Sáng sớm hôm sau, giờ Sửu – khoảng 3 giờ sáng, trời còn tối đen như mực – thầy mẹ tôi đi trước, kế đến là chú Ức gồng gánh hai em Xoa và Hưu còn nhỏ, sau cùng là anh Lâm và tôi theo sau, lặng lẽ rời làng trong bóng đêm, như những bóng ma đi giữa cánh đồng hoang. Ba toán cách nhau khoảng 30 mét. Sở dĩ giữ khoảng cách ấy, là lỡ thầy mẹ tôi gặp dân quân du kích phía trước, ông bà sẽ hô to, để anh Lâm, tôi và chú Ức phía sau tìm lối lẩn tránh. Nếu gặp cả nhóm trong đêm, chúng sẽ nghi ngờ và bắt ngay.

Vì hai em tôi còn quá nhỏ – đứa lên bẩy, đứa lên năm – không đi bộ xa nổi, chú ngụy trang gánh chúng như gánh gạo ra chợ phiên; vậy mà vẫn qua mặt được nhiều trạm gác. Đường từ làng này qua làng nọ, xuyên thôn xóm bờ mương, đã khó ban ngày, lại càng gian nan ban đêm dưới trăng mờ ảo. Thật tội nghiệp chú, lo tất cả: dò la đường đi nước bước, nấu cơm nắm, rang muối vừng, nước uống, lại gồng gánh hai cháu suốt quãng đường dài – như người tráng sĩ lặng lẽ đi trong cơn bão. Cảm ơn chú thím vô vàn, vì sao dẫn lối cho cả gia đình an toàn qua đêm đen.

ĐẾN ĐIỂM HẸN

Mãi xế chiều chúng tôi mới tới điểm hẹn: quán trọ kiêm nhà ăn gần trạm ga ngừng đường xe lửa đi Hải Phòng, thuộc địa phận Hải Dương. Xem bản đồ, vị trí ấy nằm trong vùng phân chia tạm thời giữa quốc gia và Việt Minh – Hà Nội đã tiếp thu, Hải Phòng chưa giao trả.

Quán nằm bên kia đường, đối diện trạm ga chưa đầy 100 mét, trong vùng hỗn hợp nên đông đúc đủ loại: người buôn bán, kẻ cày ruộng mướn, người thích Pháp, kẻ theo Việt Minh, người hớn hở đi Hà Nội, kẻ nặng trĩu tâm tư đi Hải Phòng xuôi Nam – tựa như dòng sông cuộc đời giao thoa hỗn loạn.

Vì vẫn nằm trong khu Việt Minh kiểm soát, không rõ ai bạn ai thù, nên thầy mẹ tôi ra dấu: anh em gặp nhau chỉ nhìn bằng ánh mắt, không mừng rỡ nhận diện, hãy như những cánh hoa lặng lẽ chạm nhau giữa gió.

Điểm nguy hiểm cuối cùng là khám xét người và hàng hóa trước khi lên tàu hỏa – trạm ga này là điểm cuối cùng cả hai bên kiểm soát, gắt gao nhất là phía Việt Minh. Những toán vũ trang bộ đội đội nón cối, lục soát tỉ mỉ thân thể và hành lý, truy tìm vàng bạc và tiền mặt Ngân hàng Đông Dương để tịch thu; chỉ cho đi tay không. Về sau, thầy mẹ tôi kể có người bị lột sạch, phải khốn khổ quay về, không dám lên tàu với hai bàn tay trắng.

Chúng tôi không hiểu làm thế nào mà thầy mẹ tôi qua trót lót với ít tiền Đông Dương vừa đủ xoay sở những ngày đầu ở Sài Gòn. Tôi không tò mò hỏi, nhưng đoán ông bà giấu trong bó cơm nắm muối vừng hay dưới đáy guốc.

Thế là cả nhà lên toa tàu chật ních, tôi còn thấy nhiều người liều lĩnh leo nóc tàu, bám víu thành toa hỗn loạn. Là trẻ con vô tư, lần đầu đi tàu hỏa, tôi thích thú ngắm cảnh vật bên ngoài chạy thụt lùi, không hiểu tại sao phong cảnh lại lùi xa như giấc mơ trôi. Nhìn mãi đến khi tàu đến Hải Phòng. Theo hiệp định Genève, Hải Phòng thuộc quyền phía quốc gia và Pháp cai trị thêm 300 ngày trước khi trao cho Việt Minh. Trạm ga Cao Xá hay Đỗ Xá thuộc Hải Dương là ranh giới giữa Hà Nội và Hải Phòng (*hai thành phố cách nhau khoảng 100 cây số*).

ĐẾN HẢI PHÒNG AN TOÀN

Đến Hải Phòng, thầy mẹ tôi đưa gia đình tạm trú nhà ông bác họ – anh mẹ tôi, tôi không nhớ rõ tên – để nhờ ông trông coi anh em chúng tôi, trong khi ông bà đến tòa thị chính làm thủ tục di cư vào Nam.

Trong thời gian chờ tàu thủy xuôi Sài Gòn, anh Đình (anh cả) và anh Lâm dẫn tôi đi phố Hải Phòng – thành phố lớn thứ nhì miền Bắc, vô tư dạo chơi ăn uống. Về sau, khi trở lại thăm Hải Phòng-Đồ Sơn cùng bạn bè trong một chuyến du lịch, mới hay chúng tôi đã từng đi qua chợ Sắt, phố Khách, nhà hát lớn bên dòng sông vắt ngang thành phố – những ký ức mờ ảo như sương mù ban mai.

Ấn tượng đầu tiên ở thành phố cảng này là bát phở bò nóng hổi ven đường. Ôi chao, sao mà ngon thế: bánh phở trắng mềm đan xen màu xanh hành lá thái nhỏ, rau ngò húng quế, bốc khói trong tiết trời se lạnh của mùa thu miền Bắc – hương vị nhớ mãi không quên, như lời ru của quê hương xa.

Một ngày gần cuối tháng 12 năm ấy, thầy mẹ tôi đưa chúng tôi vào trung tâm tạm trú tị nạn tại khuôn viên tòa thị chính, chờ gọi tên lên đường. Hình như ở đây một đêm một ngày thì tới phiên, lên xe ra bến tàu há mồm, rồi chuyển ra các tàu chiến lớn Pháp hay Mỹ đậu ngoài khơi vịnh Hạ Long đón người tị nạn. Tôi còn nhớ buổi sáng sớm hôm ấy, đoàn xe cam nhông tấp nập chở người xuôi Nam – tựa như dòng sông hy vọng cuồn cuộn trôi.

TẦU HÁ MỒM

Lại lần đầu được đi tàu há mồm chạy ra vịnh Hạ Long, rồi chuyển lên chiến hạm lớn của Mỹ. Gọi "tàu há mồm" vì đây là loại tầu đổ bộ của Hải quân Pháp, mở bửng trước cho quân xa và lính thủy quân lục chiến lên bờ – loại tàu này dùng rộng rãi cuối Thế Chiến II ở Pháp.

Ngày ấy tôi còn nhỏ, lênh đênh theo cha mẹ chẳng hay biết gì, ngay cả vịnh Hạ Long cũng không nhận ra vẻ đẹp diễm ảo của nó. Gần nửa thế kỷ sau, tôi trở về thăm quê hương, có đi chuyến du lịch Hạ Long-Cát Bà mới hay nơi mình đã đi qua đẹp vô cùng, như bức tranh thủy mặc giữa biển khơi.

Chuyến đi êm đềm vào dịp Giáng Sinh 1954 và Tết Dương lịch 1955, trên chiến hạm có cả cây thông đèn sao lấp lánh. Đồng bào di cư Công giáo từ Nam Định, Ninh Bình, họ đạo Bùi Chu-Phát Diệm cầu kinh râm ran sáng tối qua loa tàu. Các chú lính Mỹ tử tế, cho tôi kẹo chocolate, dây chuyền thánh giá đeo cổ; ăn ba bữa đầy đủ, ngày nào cũng gà luộc hay hấp. Lần đầu ăn gà luộc, ôi sao nhão nhạt thế, khác hẳn mùi thịt gà mẹ tôi làm mỗi lần giỗ.
Tàu chạy hai ngày hai đêm thì đến Cap Saint Jacques (cảng Vũng Tàu bây giờ), chuẩn bị vào cửa sông đến bến Bạch Đằng Sài Gòn.

ĐẾN SÀI GÒN

Sau ba ngày hải hành, tàu cập bến Bạch Đằng vào xế trưa nắng nóng và oi bức. Đồng bào chen chúc trên boong chờ xuống. Loa phóng thanh kêu giữ trật tự bằng tiếng Việt và Pháp. Từng đoàn người tay bế tay bồng, gồng gánh hành lý, bước xuống cầu thang, rồi lũ lượt lên xe cam nhông về trại tị nạn.

Cùng đoàn, gia đình chúng tôi được đưa đến trại tiếp cư lớn nhất miền Nam lúc bấy giờ: trại Phú Thọ Hòa gần trường đua ngựa Phú Thọ. Trại gồm hàng trăm lều vải nhà binh lớn, mỗi lều ba bốn gia đình ngủ trên ghế bố, do thủy quân lục chiến Mỹ thiết lập, chứa trên 10 ngàn người. Sau năm 1955, nơi đây trở thành thành campus đại học mang tên Trung tâm Quốc gia Kỹ thuật Phú Thọ, với các trường Cao đẳng Điện học, Công chánh, Hóa học, Kỹ sư Công nghệ, Quốc gia Hàng hải, Cao đẳng Sư phạm Kỹ thuật và Bách khoa – nơi tôi học. Bây giờ hợp nhất thành Trường Đại học Bách khoa TP. HCM
Gia đình tôi nằm trong số gần một triệu người di cư từ Bắc vào Nam – cuộc di cư được mô tả là lớn nhất lịch sử, với khoảng 85% theo đạo Công giáo.

Tôi vẫn thắc mắc: Chưa đầy một năm – chính xác là 300 ngày – mà có tới gần một triệu người di cư, đa phần là Công giáo được vận chuyển vào Nam. Không biết chính phủ nào hay thế lực nào đã giúp nhanh chóng đến vậy? Bây giờ viết hồi ký này, mới hay đó là chính phủ Mỹ với chiến dịch khổng lồ quân sự-dân sự: "Operation Passage to Freedom" (*Chiến dịch*

Con đường đến Tự do), giúp người Bắc di cư vào Nam. Họ điều động hạm đội hải quân với hàng chục hải vận hạm, tuần dương hạm, chiến hạm di chuyển như con thoi trục duyên hải Bắc-Nam suốt 300 ngày; lập cầu không vận Hà Nội-Sài Gòn chở công chức đồng bào; thiết lập trại tiếp cư Phú Thọ và nhiều trung tâm đón tiếp, cung cấp lương thực, quần áo, thuốc men. Họ phát cho mỗi đầu người 700 đồng Đông Dương khi xuống bến – giá trị lớn lao lúc ấy, giúp thầy mẹ tôi mua căn nhà nhỏ đầu tiên, rồi bán đi mua nhà khá hơn.

Theo thầy mẹ tôi kể, Mỹ có chiến dịch tuyên truyền ở vùng dân cư Công giáo đông đảo như Nam Định, Bùi Chu-Phát Diệm Ninh Bình rằng: Đức Mẹ đã vào Nam, để dân tin theo mà đi cùng các cha lập nghiệp, hỗ trợ ông Diệm. Ông Diệm – Công giáo thuần thành sinh ở tỉnh Quảng Bình miền Trung, được Mỹ đưa từ chủng viện New York về làm Thủ tướng dưới quyền quốc trưởng Bảo Đại.

Hoa Kỳ, một lần nữa can dự vào chính sự Việt Nam, sau khi giúp Pháp đô hộ thêm 10 năm (1945-1954), nay quay xe giúp miền Nam xây dựng thành một quốc gia dân chủ tự do chống cộng. Họ cố vấn, đổ tiền cho ông Diệm định cư gần một triệu người trên vùng đất mới; xây dựng hạ tầng cơ sở, lập quân đội tân tiến; giúp mọi lĩnh vực, kể cả trả lương quân nhân, cảnh sát, công chức miền Nam (lên đến một triệu người thời Đệ Nhị Cộng hòa). Dù muốn hay không, xin cảm ơn nước Mỹ và ông Ngô Đình Diệm đã lo định cư an toàn cho gần triệu người, trong buổi bình minh của nước Việt Nam Cộng hòa.
Nhưng sự trợ giúp ấy lại bị chính quyền miền Bắc khai thác, tuyên truyền thành "chiến tranh giải phóng" chống "đế quốc Mỹ" – vài năm sau, và đến nay họ vẫn gọi cuộc chiến 20 năm là cuộc kháng chiến chống Mỹ, không phải nội chiến như bài ca của nhạc sĩ Trịnh Công Sơn.

Thầy mẹ tôi cùng gần một triệu đồng bào di cư vào Nam tìm

tự do, thoát ách cộng sản độc tài, bỏ bà con thân thuộc, mồ mả tổ tiên, tài sản ruộng vườn không tiếc nuối. Ông bà nghĩ đất nước chỉ chia cắt tạm thời, sẽ thống nhất khi cộng sản bại trận, và trở về nơi chôn nhau cắt rốn.

Bất hạnh thay, giấc mơ hồi hương của ông bà tan vỡ, miền Nam bị bỏ rơi năm 1972 khi Mỹ bắt tay với Trung Quốc vì quyền lợi kinh tế-chính trị của đôi bên. Thầy mẹ tôi không quy cố hương, tạ thế nhiều năm sau ngày miền Nam thất thủ – như những cánh hoa rơi mãi không về cội.

Cuộc di cư năm 1954 thành công nhờ sự hỗ trợ của Hoa Kỳ; nhưng đến cuộc di tản 1975, do nội tình chính trị chia rẽ, Mỹ đã không thể làm nổi, để lại cảnh 'đem con bỏ chợ'. Ban đầu, chỉ khoảng 130.000 người chính thức được di tản trong ngày 30-4; số còn lại, hàng trăm ngàn người Việt Nam đã liều mình vượt biển để tìm tự do. Trong làn sóng người ấy, Liên Hợp Quốc ước tính có từ 200.000 đến 400.000 người đã bỏ mình trên biển Đông. Những con số lạnh lùng ấy che giấu biết bao câu chuyện tang thương: những chiếc thuyền nhỏ chở đầy hy vọng, rồi mất hút giữa bão tố và hải tặc. Đó là ký ức đau thương nhưng cũng là minh chứng cho khát vọng sống còn của một dân tộc, cho khát vọng đi tìm tự do của đồng bào, không muốn sống đưới chế độ độc tài cộng sản.

Thầy mẹ tôi cùng đồng bào miền Bắc bỏ quê ra đi năm 1954 chỉ mất nhà cửa, tài sản, ruộng vườn; nhưng lần thứ hai, năm 1975, những người vượt biên, vượt biển đã mất cả quê hương.

CHƯƠNG 3
MIỀN NAM HIỀN HÒA NẮNG ẤM

Sau gần ba ngày hai đêm lênh đênh trên sóng biển từ Bắc vào Nam, tàu cập bến Sài Gòn vào xế trưa một ngày đầu xuân trên đất phương Nam – nhưng tiết trời nắng chang chang như lửa, thiêu đốt mọi mộng mơ xa xôi. Đồng bào chen chúc đứng chật kín boong tàu, mắt long lanh hy vọng lẫn lo âu, chờ bước xuống bến. Theo chân thầy mẹ, chúng tôi lần theo cầu cảng, lên xe cam nhông cùng đoàn người di cư, lăn bánh về trại tạm cư gần trường đua ngựa Phú Thọ – như dòng sông cuộc đời đổ về bờ mới, đầy những bất định.
Gia đình tám người chúng tôi được xếp chung một lều vải nhà binh với hai gia đình khác, nằm trên những chiếc ghế bố trải trên nền đất ẩm.

Được biết, đây là trại tiếp cư lớn nhất miền Nam lúc bấy giờ, mang tên Trại Phú Thọ Lều, gồm hàng trăm lều vải nhà binh rộng lớn, mỗi lều chứa ba đến bốn gia đình ngủ trên ghế bố, do quân đội Mỹ thiết lập. Trại Phú Thọ Lều đón trên mười ngàn người, như một thành phố tạm bợ giữa sa mạc hy vọng.

Khi bước theo thầy mẹ tôi xuống cảng, đặt chân lên vùng đất mới Sài Gòn – nơi nắng gió phương Nam thì thầm lời chào đón lạ lẫm –, tôi không ngờ rằng chính bến Bạch Đằng hôm nay sẽ là điểm ra đi của tôi về một phương trời vô định hai mươi năm sau. Và khi xuống xe đến trại lều Phú Thọ, tôi cũng chẳng hay rằng hai mươi năm nữa, tôi sẽ lạc bước vào một trại lều tương tự bên kia bờ Thái Bình Dương, gọi là Orote Point City Tent, cũng do Thủy quân Lục chiến Mỹ dựng lên trên đảo Guam, đón khoảng một trăm ngàn người Việt tị nạn khi cuộc chiến Việt Nam khép lại năm 1975 – như vòng lặp định mệnh của những hành trình không ngừng nghỉ.

Đến cuối năm 1955, trại Phú Thọ Lều giải tán, người di cư theo nhau đi định cư khắp nơi: nhà tư nhân hoặc các trung tâm định cư khắp các tỉnh thành, nhiều nhất ở vùng Hố Nai-Gia Kiệm thuộc tỉnh Biên Hòa. Gia đình tôi nằm trong số gần một triệu người di cư Bắc-Nam.

Đời sống trong trại Phú Thọ Lều đa dạng mà chật hẹp, ồn ào, nảy sinh bao vấn đề xã hội phức tạp như những bọt sóng va chạm. Ở đây chưa đầy một tuần, thầy mẹ đưa chúng tôi về xã Phú Nhuận – ngoại ô Sài Gòn –, tạm trú nhà anh Phạm Văn Dực, con trai ông bác, anh ruột mẹ tôi, đã vào trước. Một tháng sau, thầy mẹ tôi mua căn nhà nhỏ gần đó, bắt đầu cuộc sống tự túc.

Vì căn nhà đầu tiên quá chật hẹp cho tám người, thầy mẹ tôi bán đi, mua căn khác rộng hơn ở đường Trương Tấn Bửu (*sau đổi tên Trần Quang Diệu, Quận 3*). Ông bà và chị Hai tôi tảo tần buôn bán lo cho năm anh em ăn học: từ đẩy xe bán khô mực nướng đến bán hàng tạp hóa ven đường. Xin đa tạ

Thầy mẹ và chị Hai. Tôi học năm cuối bậc tiểu học tại trường tiểu học Phú Nhuận; anh Lâm tôi thi trúng tuyển đệ thất (lớp 6) Trường Trung học Kỹ thuật Cao Thắng (*lúc ấy gọi Collège Technique, nay là Trường Cao đẳng Kỹ thuật Cao Thắng*). Năm sau, nhờ anh hướng dẫn giúp đỡ, tôi cũng nhập học trường này. Cảm ơn anh Lâm – anh học trên tôi một lớp. Suốt bốn năm đệ nhất cấp, chương trình học toàn bằng tiếng Pháp, kể cả môn sử địa. Bắt đầu lớp đệ Tam (lớp 10), toàn trường mới chuyển sang tiếng Việt hoàn toàn.

Thời gian lặng lẽ trôi qua như dòng sông êm đềm, anh em chúng tôi khôn lớn. Anh Đình tức anh Cả tôi theo học ngành kế toán ngân hàng, anh Lâm vào Trường Cao đẳng Sư phạm Kỹ thuật Phú Thọ (*đại học bốn năm ngành sư phạm kỹ thuật*), rồi sau bốn năm được bổ nhiệm dạy tại trường trung học Kỹ thuật Đà Nẵng một thời gian, sau đổi về Sài Gòn dạy ở trường trung học Kỹ thuật Cao Thắng. Tôi ra trường Bách khoa Phú Thọ, được Bộ Công chánh tuyển dụng làm chuyên viên kỹ thuật điện lực, công tác tại Nha Tổng vụ Khai thác nằm ngay trong tòa nhà của bộ, tọa lạc gần cuối đường Pasteur. Năm sau, khi Bộ Công chánh và Giao thông thành lập Tổng Nha Điện lực Việt Nam, tôi được điều về ngành khai thác điện các địa phương, thường đi công tác miền Trung và Cao nguyên.

Trong thời gian ở Quy Nhơn, anh Lâm tôi viết thư khuyên tôi nên về Sài Gòn thi vào trường Cao đẳng Sư phạm Kỹ thuật, học làm thầy giáo dạy kỹ thuật cấp hai và ba cho nhàn nhã hơn. Tôi đã quyết không rẽ lối: làm việc ở Tổng Nha Điện lực *(sau đổi tên thành Công ty Điện lực Việt Nam – cơ quan tự trị thuộc Bộ Công chánh và Giao thông*) lương cao hơn lương giáo sư tốt nghiệp đại học sư phạm (chỉ số 470), và hơn nữa, tôi đang có mối tình đầu với người con gái sư phạm – nay là nhà tôi.

Hồi tưởng lại, quyết định của thầy mẹ tôi đưa chúng tôi di cư vào Nam, khước từ đi vùng kinh tế mới Dinh Điền Cái Sắn (*dù chính phủ hứa cấp ba hecta đất, tiền, trâu cày, hạt giống*), thật vô cùng sáng suốt. Ông bà muốn anh em chúng tôi quay lưng với nghề nông của tổ tiên, đi học để thành người có chữ nghĩa, có nghề chuyên môn, chuyển từ tầng lớp Nông lên Sĩ trong nấc thang xã hội xưa – tầng lớp Sĩ đứng đầu, được trọng vọng như thầy giáo, thầy thuốc hay quan chức chính phủ.

Tạm ổn định cuộc sống ở Sài Gòn, thầy tôi đi thăm một số bạn bè của ông định cư vùng Dinh Điền Cái Sắn vài tháng để xem đời sống mới. Hồi ấy, chính phủ khuyến khích dân di cư đi vùng kinh tế mới Rạch Giá nằm ở hai bên kinh Cái Sắn, nhưng không thành công lắm. Đa số bà con, nhất là Công giáo, quây quần lập nghiệp gần Sài Gòn: Xóm Mới, Bến Kéo Tây Ninh; Hố Nai, Gia Kiệm Biên Hòa; Xuân Lộc, Long Khánh – như những tổ ong mật tìm về tổ ấm.

Nhờ sự hỗ trợ của chính phủ Mỹ từ vật chất, tiền bạc đến cố vấn kỹ thuật, nên kinh tế-chính trị miền Nam phục hồi nhanh chóng. Có thể nói miền Nam có sáu năm vàng son, từ cuối năm 1954 đến năm 1961: người dân sống thanh bình, ấm no – sáu năm ấy cũng nhờ chính quyền miền Bắc bận dựng cơ đồ, chấn chỉnh dân quân tập kết từ miền Nam ra, nên chưa nghĩ đến việc thôn tính miền Nam.

***

Hồi tưởng quãng thời gian ấy, đám học sinh nam chúng tôi mặc áo chemise trắng quần xanh, nữ sinh áo dài trắng tha thướt cắp sách đến trường vô tư như những cánh bướm bay. Có tiền đi xe đạp, ít tiền đi xe buýt. Kỳ nghỉ hè, ai muốn về quê được cấp vé xe lửa miễn phí. Người dân đi làm ăn hay du lịch đâu cũng được, không bị cấm cản, không phải xin phép ra khỏi nơi cư trú: sáng có thể lên xe đò Vũng Tàu tắm biển, hay đáp chuyến tàu đêm từ ga Bến Thành đi Nha Trang, Huế, lên Đà Lạt sương mù ăn phở nóng Quán Phở Ga ngay ga xe lửa – như những giấc mơ tự do không gông cùm.

Miền Nam được sống trong thanh bình ấm no đến năm 1961, khi lực lượng cộng sản miền Bắc xâm nhập hợp cùng lực lượng nằm vùng miền Nam (*không tập kết ra Bắc năm 1954)* trỗi dậy quấy phá mọi lĩnh vực. Chính quyền miền Nam buộc phải tăng cường lực lượng phòng thủ: gọi động viên thanh niên, lập trường Võ Bị Đà Lạt và Thủ Đức đào tạo sĩ quan; áp dụng chính sách ấp chiến lược tập trung dân, lập chiến dịch Phượng Hoàng tiêu diệt cán bộ nằm vùng. Thế là miền Nam lại rơi vào nội chiến tương tàn do ý thức hệ: Miền Bắc theo cộng sản Nga-Tàu; Miền Nam theo tư bản Mỹ – tựa như hai dòng sông va chạm, cuốn phăng bình yên.

Phải kể thêm, tình hình chính trị-quân sự miền Nam giai đoạn ấy vô cùng căng thẳng phức tạp. Mỹ không muốn con bài domino Đông Nam Á sụp đổ; toàn dân miền Nam chúng tôi, lúc đó là nước Việt Nam Cộng Hòa chỉ muốn được yên ổn, sống trong an lạc hòa bình, nên thanh niên từ 18 tuổi trở lên có nghĩa vụ phải lên đường tòng quân ngăn cộng sản miền Bắc thôn tính.

Trong hoàn cảnh ấy, tôi cũng như bao thanh niên cùng tuổi, khăn gói quả mướp, cầm giấy gọi nhập ngũ trình diện quân trường Thủ Đức hay Quang Trung. Ở Thủ Đức, tôi được huấn luyện quân sự cơ bản ba tháng. Nhờ có bằng tốt nghiệp chuyên ngành kỹ thuật cơ khí trường Bách Khoa Phú Thọ, tôi được chuyển sang giai đoạn hai học chuyên môn ở Trường Công binh Bình Dương - Trường huấn luyện đào tạo sĩ quan công binh, ra trường với cấp bậc chuẩn úy trừ bị. Thanh niên miền Nam thời ấy hoặc trốn lính, hay được hoãn dịch vì lý do gia đình hay học vấn. Ít học đi lính, học vừa (thi rớt bằng Tú tài một) đi Quang Trung hay Đồng Đế Nha Trang học làm hạ sĩ quan, có bằng tú tài một trở lên đi Thủ Đức học làm sĩ quan.

Do nỗ lực học tập, cộng với sở học chuyên môn sẵn có đã học như các môn học về kỹ thuật cơ khí, cơ điện, kỹ nghệ họa, cơ học ứng dụng, sức bền vật liệu, nên qua sáu tháng học tập, điểm tốt nghiệp của tôi nằm trong top 10 trên tổng số 500 sinh viên khóa 25 Sĩ quan Công binh; nên tôi được **ưu tiên tự chọn nhiệm sở**. Tôi chọn đơn vị không tác chiến: Tiểu đoàn 3 Yểm trợ Công binh, tọa lạc ngay trong khuôn viên Cục Công binh đường Tô Hiến Thành, Sài Gòn. Thời điểm nghỉ phép hai tuần sau tốt nghiệp này cũng là lúc tôi chính thức cầu hôn và làm lễ thành hôn với người con gái Huế Sư phạm tôi yêu.

Sau 3 tháng làm việc tại tiểu đoàn 3 yểm trợ công binh, tôi được Cục Công Binh biệt phái làm sĩ quan đại diện ngành công binh tại Bộ Chỉ huy Tiếp vận Vùng 3 Chiến thuật nằm trong căn cứ Lê Văn Duyệt đường Lê Văn Duyệt, Sài Gòn. Hai năm sau, tôi được biệt phái về nhiệm sở dân sự cũ là Bộ Công chánh và Giao thông, công tác tại nhà máy thủy điện Đa Nhim cùng các chuyên viên Nhật tái phục hồi hệ thống phát điện bị chiến tranh tàn phá. Khi nhà máy hoạt động trở lại, tôi về Sài Gòn làm việc cho đến ngày Sài Gòn thất thủ.

***

Tôi sinh ra ở đất Bắc, di cư vào Nam năm 1954. Sau hai mươi năm sống ở miền Nam, ngày 29 tháng 4 năm 1975, tôi vượt thoát cộng sản qua Hoa Kỳ khi Bắc quân ồ ạt tấn chiếm Sài Gòn. Dù sinh ở Bắc, tôi chỉ ở đó 11 năm. Vậy nên, tôi có hai miền quê hương: quê Bắc trong tâm tưởng, như bóng hình mờ ảo; quê Nam thực sự chứa nhiều kỷ niệm buồn vui, yêu thương, nhọc nhằn, đau khổ theo thăng trầm vận nước – như dòng sông cuồn cuộn trôi qua năm tháng.

Phải thú nhận, quê hương miền Nam nói chung, Sài Gòn nói

riêng, đã để lại trong tôi bao kỷ niệm êm đềm khó phai: cảnh sông nước thanh bình, tiếng xe thổ mộ lạch cạch trên đường phố; đồng ruộng miền Tây thẳng cánh cò bay, phủ màu vàng rực rỡ mùa lúa chín lúc hoàng hôn. Vườn cây ăn trái không rào chắn, khách tự hái ăn đến no nê, ra về mới tính tiền: một chục 12 trái, có nơi 14 – người dân miền Nam sao dễ thương chân thật thế.

Sài Gòn trong tôi bắt đầu từ mới mẻ đến bất ngờ, rồi quen thuộc thân thiết, thành nỗi nhớ da diết với kỷ niệm bất diệt đi cùng năm tháng. Đường phố những năm 60 còn xe Mobylette, Velo Solex xinh xắn bầu máy phía trước – nữ sinh con nhà giàu thường đi, tà áo dài bay phất phơ trong gió. Nhưng đa số chúng tôi đi xe đạp, xe buýt – như những cánh chim tự do bay giữa bầu trời thành phố.

Sài Gòn của tôi có mưa nắng hai mùa, có áo lụa Hà Đông giữa trưa hè oi bức, tiếng chuông chùa Xá Lợi ngân vang. Sài Gòn là ký ức, là miền nhớ thương, khát khao tương lai – như người tình quyến rũ gắn bó, chỉ xa mà khó rời. Sài Gòn là một phần cuộc sống của tôi, đã đi qua bao miền đất, nhưng chỉ nơi đây mới chất chứa kỷ niệm đong đầy năm tháng.

Ôi Sài Gòn thương yêu tuổi học trò, những buổi cúp cua trốn học vào rạp hát Vĩnh Lợi xem phim! Sài Gòn dạo ấy với hè phố Bonard, quán kem Bạch Đằng, Pole Nord, Thương xá Tax, nước mía Viễn Đông, dĩa gỏi đu đủ gan cháy góc đường Pasteur-Lê Lợi – những hương vị ngọt ngào ký ức.

Trong lá thư gửi người con gái Huế tôi yêu thuở ban đầu, tôi viết: "*Miền Bắc sinh ra anh, miền Nam nuôi anh lớn khôn, và miền Trung đưa anh vào đời*". Cho đến bây giờ, 50 năm sau, nàng vẫn thường hay nhắc câu đó với bạn bè về lai lịch đời tôi như thế. Xin cảm ơn em đã đưa anh vào đời, ở bên anh qua những năm tháng nổi trôi, với lòng kiên định thủy chung từ đoạn đầu, đoạn giữa đến đoạn cuối cuộc đời.

PHẦN II

CHƯƠNG 4
VƯỢT THOÁT CỘNG SẢN NĂM 1975

BỐI CẢNH THÀNH PHỐ SÀI GÒN NGÀY 28 THÁNG 4 NĂM 1975

Sài Gòn có những cơn mưa chiều bất chợt trong những ngày cuối tháng 4 năm 1975. Đặc biệt sáng nay trời đang nắng bất ngờ đổ mưa nặng hạt giữa những ngày thành phố đang nóng lên vì tin tức chiến sự từ khắp nơi dồn dập đổ về cửa ngõ thủ đô, làm cho không khí thêm căng thẳng, ngột ngạt và hối hả hơn.

Hơn một tháng nay, từ cuối tháng 3-1975 - khi Vùng I Chiến Thuật thất thủ, nhất là khi trông thấy cảnh đồng bào di tản thê thảm khỏi Pleiku, cảnh chạy loạn kinh hoàng ở Đà Nẵng, tôi không thể nào tập trung vào công việc hàng ngày tại sở làm được. Trong văn phòng làm việc của tôi có tấm bản đồ Việt Nam lớn, hễ mỗi tỉnh thất thủ là tôi khoanh một vòng tròn đỏ. Đến nay gần ba phần tư bản đồ đã có những vùng khoanh đỏ, từ các tỉnh miền giới tuyến Đông Hà, Quảng Trị đến Huế, Đà Nẵng, Quảng Ngãi, Qui Nhơn, Tuy Hòa, Nha Trang rồi đến Phan Rang, Phan Thiết; chưa kể đến Ban Mê Thuộc, Pleiku, Kontum, Bình Long, Phước Long đã thất thủ trước đó.

Anh em bạn bè đồng nghiệp của tôi thường hay ghé văn phòng tôi, không phải để bàn chuyện về công việc làm ở sở, mà xem tấm bản đồ tôi cập nhật tình hình rồi bàn việc thế sự, bàn về cuộc chiến đang đến rất gần, bàn cả về giải pháp đi hay ở, rời Sài gòn ra Phú Quốc hay tìm đường ra nước ngoài, kể cả bàn về giải pháp – nghe như là khôi hài, hùn hạp tiền đóng thuyền gỗ, ghép thùng phuy, đóng bè chuối vượt biển như người tù Papillon trốn khỏi đảo tù. Văn phòng cố vấn Mỹ ở bên cạnh văn phòng tôi đã im lìm đóng cửa từ tuần qua. Nghe nói John Smith đã lặng lẽ trở về Mỹ và có mang theo cô giúp việc nhà. Anh Hóa, trưởng sở điều hành, cấp chỉ huy trực tiếp của tôi cũng vắng mặt từ hai ngày qua.

Tuần qua, tôi đã dọn về ở tạm căn nhà mới của anh Lâm kế tôi bỏ trống trong khu Cư xá Thanh Đa, bên ven sông Sài Gòn, nghĩ rằng nơi đây có lẽ an toàn hơn, vì vị trí nhà tôi hiện ở, nằm trong một cư xá quân đội – cư xá Nguyễn Trung Trực, thuộc chu vi tứ giác quân sự: cục Công Binh, cục Quân Y, đường Tô Hiến Thành, căn cứ quân cụ, đường Trần Quốc Toản, trung tâm viện trợ quân sự Mỹ, và quân khu Thủ đô, đường Lê Văn Duyệt; nên rất nguy hiểm nếu cộng quân bắn hỏa tiễn vào khu tứ giác quân sự này.

****

Hôm nay Thứ Hai ngày 28 tháng 4 năm 1975 tôi không thể đến sở làm ở nhà máy nhiệt điện Thủ Đức được, vì không có xe của công ty đến đón, do quân Cộng Sản đã áp sát Thủ Đô, đang có giao tranh trên xa lộ Sài Gòn-Biên Hòa, hướng về thành phố. Cộng quân thực sự đang tiến rất gần về thủ đô Sài

Gòn.
Lực lượng Cộng sản miền Bắc có lẽ đã mang đủ pháo đến các địa điểm kế cận thành phố để sẵn sàng san phẳng nó nếu họ chọn làm như vậy. Kho dầu Tân Cảng bốc cháy với hàng loạt vụ nổ làm rung chuyển mặt đất. Những đám khói đen, dễ dàng nhìn thấy từ khu cư xá Thanh Đa, cuồn cuộn bay lên không trung.
Sài Gòn chìm trong nỗi lo sợ Cộng sản sẽ mở một cuộc tấn công toàn diện.

Buổi sáng qua nhanh, buổi chiều đến chầm chậm, khu cư xá Thanh Đa vắng người, vẫn chìm trong mưa nhẹ và mây xám đen giăng ngang khắp bầu trời.
Nhà tôi ẵm đứa con út chưa đầy năm ra ngoài hiên nhà nhìn ngắm mưa rơi, thì bất ngờ nghe hàng loạt tiếng nổ lớn dội về từ hướng phi trường Tân Sơn Nhất.

Tiếng gầm rú của những chiếc máy bay phản lực bay thấp giữa cơn mưa chiều thành phố khiến không khí chiến tranh đang thực sự đến gần. Rồi tiếng gầm rú dường như xa khuất, chỉ thỉnh thoảng mới rộ lên.

Nghe tiếng gầm rú của các máy bay phản lực, tôi nói với nhà tôi, có lẽ phe quân đội của thiếu tướng Nguyễn Cao Kỳ đang làm cuộc đảo chính lật đổ chính quyền vì chiều nay tại dinh Độc Lập có lễ nhậm chức tổng thống của đại tướng Dương Văn Minh. Nhưng thực tế không phải vậy. Đó là ba chiếc phản lực cơ A-37 của Không quân VNCH bị bỏ lại ở Đà Nẵng được Việt Cộng sử dụng để bay vào Sài Gòn dội bom.

Về sau tôi được biết thêm chi tiết tiếng máy bay gầm rú trên bầu trời Sài Gòn là cuộc ném bom phi trường Tân Sơn Nhất xảy ra lúc 18 giờ chiều thứ Hai ngày 28-4-1975, đúng vào lúc lễ bàn giao tổng thống VNCH, là tín hiệu bắt đầu cho cuộc tổng tấn công tiến chiếm Sài gòn của cái gọi là "chiến dịch Hồ Chí Minh".

Bản tin chiều của đài phát thanh Sài Gòn và kênh truyền hình số 7 loan báo lệnh thiết quân luật và giới nghiêm toàn thành phố Sài Gòn và tỉnh Gia Định đã được ban hành, lệnh có hiệu lực từ 19 giờ hôm nay ngày 28-4-1975 cho đến khi có lệnh mới. Thiết quân luật và lệnh giới nghiêm có nghĩa là quân đội nắm quyền chỉ huy và kiểm soát toàn bộ vùng trách nhiệm và tất cả các đơn vị quân đội cùng quân nhân được đặt trong tình trạng báo động, phải trở về doanh trại cấm túc ứng trực 100% và người dân thì phải ở trong nhà, không được phép đi ra ngoài đường. Chiến tranh thực sự đang lan đến thành phố Sài Gòn thân yêu của tôi.

Suốt cả đêm, phi trường Tân Sơn Nhất và khu vực Lăng Cha Cả, nơi đặt bản doanh sư đoàn Dù Hoàng Hoa Thám, bị bắn phá dữ dội bởi đại pháo và hỏa tiễn từ ngoại ô bắn vào.Tiếng nổ và những cột lửa bùng cháy trong đêm làm tôi trằn trọc không thể nào ngủ được, tôi chỉ chợp mắt được một vài giấc ngắn đầy cơn mê sảng và mộng mị. Nhà tôi nằm bên thở nhẹ không hay biết tôi đang có những cơn mộng mị pha trộn ác quỷ lẫn thiên thần giữa những cơn mê tới gần sáng. Suốt trong cuộc chiến, Sài Gòn tương đối yên ổn, đêm đêm không hề nghe tiếng đại bác và không hề bị bắn phá trực tiếp. Đêm nay các hỏa tiễn này, đi kèm theo đó là những tiếng nổ thật lớn, có lẽ báo hiệu màn cuối cùng của cuộc bao vây, đánh chiếm thủ đô đã thực sự bắt đầu. Tôi nghĩ thầm.

Tờ mờ sáng hôm sau ngày 29, nhìn về hướng Tân Sơn Nhất tôi thấy nhiều loại máy bay, đặc biệt là nhiều máy bay trực thăng và máy bay bà già L-19 của không quân VNCH bay đầy trời như đàn chim vỡ tổ hướng ra biển Đông hay bay về Thái Lan.

GIÃ TỪ SÀI GÒN NGÀY 29 THÁNG 4 NĂM 1975

Hình như có một nỗi sợ hãi tiềm ẩn in sâu trong tiềm thức, như có một ma lực dẫn dắt và như có tiếng gọi từ một cõi nào mông lung xa thẳm, tôi không cưỡng được phải lên đường ra đi cùng bạn. Đi đâu, tôi hỏi Tiêng. Đi thăm dò tin tức, tìm đường thoát chạy. Quân cộng sản sắp tràn ngập thủ đô rồi!

Cư xá Thanh Đa như còn ngái ngủ, nằm im lìm trong nắng sớm ban mai sau một đêm dài "mưa gió bão bùng". Nhà tôi ôm thằng con út tuổi chưa tròn năm vào lòng nhìn tôi như tha thiết nói chàng ở lại, nửa như xót xa nói chàng ra đi.

Tôi như người bị thôi miên hay như bị say thuốc, lặng lẽ lên xe theo bạn ra đi để lại những giọt lệ long lanh của nàng chảy xuống. Hôm ấy là buổi sáng sớm ngày 29 tháng 4 năm 1975.

***

Chiếc xe Honda mầu đen của Tiêng, người bạn thân nhất của tôi đến đón tôi rời nhanh khu cư xá Thanh Đa, lao mình vào Sài Gòn mù mịt hoang vắng, sau một đêm trường nghe tiếng đại pháo lẫn hỏa tiễn của Bắc quân bắn phá phi trường Tân Sơn Nhất.

Sáng nay, khí trời tương đối mát mẻ, trên không vẫn còn nhiều mây đen. Xe chạy qua ngã tư Hàng Xanh, hướng về Sài Gòn, hình như thành phố đã bị bỏ ngỏ, không còn thấy bóng dáng nào của cảnh sát và quân cảnh giữ an ninh trật tự. Tiêng và tôi, cả hai không nói ra nhưng có lẽ có cùng một cảm giác sờ sợ. Hai bên đường xe chúng tôi chạy qua, dân chúng ngơ ngác hoang mang, không biết chuyện gì đã xảy ra vào đêm qua, khi pháo nổ, hoả tiễn rơi vào phi trường Tân Sơn

Nhất, và khi từng đoàn máy bay các loại bay di tản sang Thái Lan như đàn chim vỡ tổ.

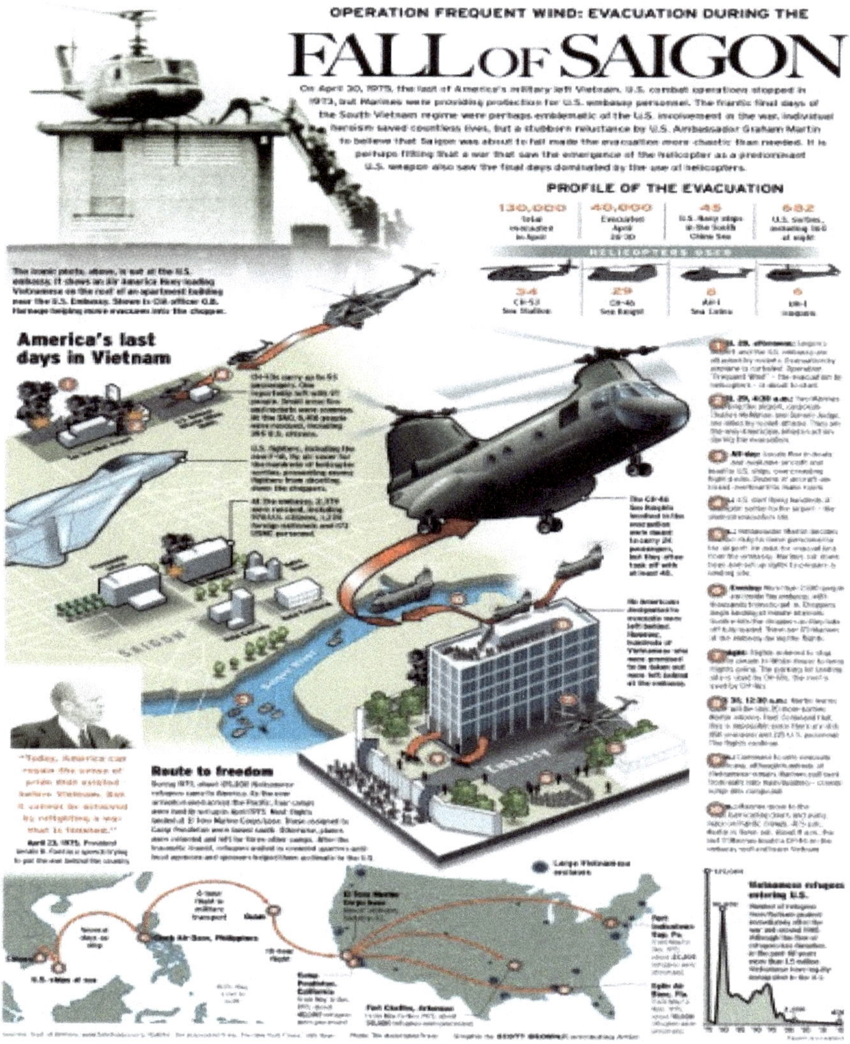

Sài gòn những ngày gần cuối tháng Tư năm 1975 như cảnh chợ chiều, đầy hỗn loạn, như rắn mất đầu. Người dân hoang mang lo sợ về một tương lai bất định mờ mịt. Các quan chức chính quyền cao cấp, các bộ trưởng, các tướng tá quân đội có điều kiện thì mạnh ai nấy đi, đã tìm đường di tản sớm, bằng mọi cách.

Hướng đi phi trường Tân Sơn Nhất, trên đường Công Lý, các xe lớn nhỏ, nổi bật là từng đoàn xe buýt sơn mầu xanh olive của DAO (*văn phòng tùy viên quân sự Hoa Kỳ*), chen nhau chạy hối hả.

Khi đến gần con đường dẫn vào nhà thầy mẹ tôi, chúng tôi thấy một chiếc máy bay trực thăng bay thấp như muốn đáp xuống điểm hẹn để bốc người. Tôi nói với Tiêng đây có thể là một điểm hẹn trong nhiều điểm và nên ghé vào nhà thầy mẹ tôi ở gần đó báo tin thành phố đã tự thất thủ và luôn tiện gửi xe ở đó.

Khi được báo tin thành phố đã bị bỏ ngỏ, quân Cộng Sản miền Bắc đã bao vây và đang trực chỉ tiến vào Sài Gòn, cả đại gia đình của tôi đều ngạc nhiên sửng sốt, anh Lâm kế tôi hình như vừa mới ngủ dậy, nhất định không tin. Thế nhưng hai cụ thân sinh, chị Hai tôi và cháu Hùng con trai lớn của chị cũng bán tín bán nghi nhưng cũng nghe lời tôi ra đầu ngõ nơi có bãi sân rộng của hãng Ba Sam là điểm hẹn bãi đáp trực thăng để hy vọng lên được máy bay. Tiêng và tôi cũng hy vọng, ai ai cũng vậy, và vì quá đông người nên máy bay chỉ bay xà xà không dám đáp xuống.

Tôi thẫn thờ đưa hai cụ thân sinh trở về nhà và luôn tiện xin chị tôi một ít xăng để tiếp tục tìm đường thoát khỏi Việt Nam. Chúng tôi đi đến những nhà người quen thân để hỏi thăm phương tiện, thăm dò tin tức nhưng đều được người giúp việc trả lời là chủ nhà đi vắng.

****

Trời Sài Gòn buổi trưa, thành phố không nắng lắm, nhưng oi bức nồng nàn, hình như cả thành phố đang lên cơn sốt và hai chúng tôi lái xe chạy miên man khắp các con đường. Hầu như con đường nào cũng đầy ắp người và xe cộ đổ ra từng đoàn hỗn độn, từ mọi ngóc ngách của thành phố, hớt hãi như những con vật tội nghiệp tìm đường thoát khỏi trong cơn cháy rừng. Xe tăng của Bắc quân đang tiến vào thành phố, mọi người đều lo sợ cái chết có thể xảy ra bất cứ lúc nào cho họ và gia đình họ.

Hướng ra bến Bạch Đằng xe cộ kẹt cứng. Trên bến đầy cả người, chen lấn nhau leo lên một vài con tầu đang bỏ neo. Ai cũng tìm đường vượt thoát cộng sản, tránh bị gông cùm và nỗi chết. Tôi nhìn thấy những nét mặt người đầy sợ hãi. Tiếng khóc la của trẻ nhỏ. Tiếng chửi thề, tiếng người la hét, chen lấn, đánh đập và đạp dẫm lên nhau. Tất cả giống như những con vụ mất thăng bằng không còn tự chủ quay được, lảo đảo rồi rơi lăn vào nỗi mất mát đầy tuyệt vọng.

Chúng tôi tiếp tục đi qua đường Tự Do, hướng nhà thờ Đức Bà rồi quẹo phải ra đường Thống Nhất, đến khu tòa đại sứ Mỹ, dân chúng dày đặc, chen chúc nhau leo tường vào bên trong tìm đường thoát. Họ nghĩ rằng tòa đại sứ Mỹ là cái phao cứu nạn, cứu họ thoát chết trước cơn đại hồng thủy.

Nhìn cảnh tượng di tản, cảnh chen lấn và xô đẩy của những người đi tìm chốn an toàn tị nạn, diễn ra giữa cơn hoảng loạn, trong nỗi tuyệt vọng và kinh hoàng của người dân miền Nam

trước viễn ảnh đen tối là nếu không thoát khỏi Sài gòn, họ sẽ bị bỏ lại sau bức màn sắt của một chế độ cộng sản độc tài toàn trị. Đa số những người vào được khuôn viên tòa đại sứ là những nhân vật cao cấp trong quân đội và chính quyền có nhiều liên hệ mật thiết với người Mỹ và thân nhân của những người này.

Thấy không thể nào chen chúc được với đoàn người đang vật lộn chen lấn, chúng tôi tiếp tục đi như là đi trong cơn mê sảng. Radio của đài phát thanh FM quân đội Hoa Kỳ cứ lập đi lập lại tin tức thời tiết Sài Gòn nóng gia tăng cùng với giai điệu ca khúc White Christmas do Bing Crosby trình bày mà sau này chúng tôi mới biết đó là mật hiệu di tản khẩn cấp các kiều dân Mỹ khỏi Sài Gòn.

Tiêng đưa tôi về căn nhà chính của tôi ở cư xá Nguyễn Trung Trực nằm trên đường Trần Quốc Toản để báo tin cho bà cụ nhạc mẫu và cũng luôn tiện để tôi thay bộ quân phục hầu dễ ra vào các căn cứ quân sự trong lúc này. Sau đó chúng tôi về nhà Tiêng để Tiêng gặp vợ. Lan rất bình tĩnh như không có chuyện gì xảy ra và còn nói: "*thôi các ông cứ đi*". Cảm ơn chị Lan và Tiêng, nhờ câu nói này mà chúng tôi có thêm can đảm tìm đường ra đi và rồi để hai gia đình chúng tôi có được ngày đoàn viên sáu năm sau trên đất Mỹ.

Từ đường Lê Văn Duyệt bên Gia Định, qua cầu Bông, chúng tôi đi về hướng sông Sài Gòn, đến Tân Cảng rồi rẽ vào căn cứ hải quân Cửu Long thăm người bạn đang làm cơ khí trưởng một chiến hạm. Tiêng và tôi lên chiếc trục lôi hạm HQ 116 đang bỏ neo để tìm Hùng thì gặp trung uý Việt phó hạm trưởng.

Trong lúc bàn luận tình hình đất nước với vợ chồng anh thì căn cứ hải quân Cửu Long nhận được lệnh báo động từ bộ tư lệnh hạm đội Sài Gòn thuộc bộ tư lệnh hải quân, các chiến hạm phải khẩn cấp nhổ neo tách bến ra giữa dòng sông lập đội hình sẵn sàng di chuyển khi có lệnh.

Tôi còn nhớ, lúc còn ở trên chiến hạm, Tiêng ngỏ ý mượn chiếc xe Jeep của anh Việt về đón vợ con, nhưng không hiểu vì không có xe (*xe của hạm trưởng đi đón vợ con rồi*) hay vì lo sợ khi rời khỏi chiến hạm và căn cứ Cửu Long sẽ không thể nào trở lại tàu được nên ý định không thành.

Phần tôi, quả thực lúc bấy giờ, hình như đầu óc tôi trống không- totally blank, tôi bị thụ động hoàn toàn trước bối cảnh quân Cộng Sản với từng đoàn xe thiết giáp đang tiến vào thủ đô, trước cảm giác sợ hãi cộng sản như một cơn dịch bệnh khủng khiếp lan tràn từ cuộc di cư vĩ đại 1954 theo gia đình vào Nam, đến cuộc di tản bi thảm từ Pleiku xuống vùng duyên hải, từ Quảng Trị, Huế Đà Nẵng vào Sài Gòn; và trước nỗi ngơ ngác bàng hoàng đến sợ hãi của dân chúng mà tôi đã chứng kiến sáng nay tại bến Bạch Đằng và trước tòa đại sứ Mỹ.

Không hiểu vì quá sợ hãi cộng sản hay là có một móng ý thầm kín nào đó, tận thâm sâu nơi tâm hồn tôi, mà cứ thôi thúc tôi phải ra đi tìm tự do, phải rời bỏ Sài Gòn. Hình ảnh thân yêu của vợ con tôi, hình ảnh hai cụ thân sinh ra tôi, bà cụ nhạc mẫu; tất cả lực kéo lại đều không đủ mạnh để níu kéo tôi đừng ra đi, hình như có một lực vô hình nào đó hối thúc tôi, đẩy tôi đi, đi thật xa, đi ra khỏi vùng lửa đạn, ra khỏi vòm trời Việt Nam đầy oan nghiệt, đầy oán thù mà cho đến bây giờ, ngồi bình yên trong thư viện đại học University of Missouri Rolla ở Hoa Kỳ, tôi mới thấy rằng đó chính là nghiệp lực đã dẫn dắt, đã đưa đẩy tôi đi. Gió nghiệp đã thổi tôi ra khỏi vùng trời Việt Nam.

Đúng 7 giờ chiều, tất cả các chiến hạm được lệnh khởi hành di chuyển hướng Côn Sơn, sau khi nghe nhật lệnh di tản của vị tư lệnh hạm đội Sài Gòn mà tôi nghe được khi ở trên đài chỉ huy chiến hạm, "*ai muốn đi thì đi, ai không muốn đi thì cho họ tự do trở về nhà*". Trong lúc di chuyển, qua hệ thống truyền tin trên đài chỉ huy chiến hạm, tôi nghe được các lệnh trái chiều của hai vị chỉ huy cao cấp lúc đó từ bộ tư lệnh hải quân, có tiếng ra lệnh không được di chuyển, chờ lệnh, rồi lại có tiếng ra lệnh cho đoàn tầu cứ tiếp tục di chuyển theo kế hoạch. Phó Hạm Trường HQ-116, Trung Úy Việt thay quyền hạm trưởng vắng mặt quyết định di chuyển theo kế hoạch đã dự định. (*Có lẽ Thiếu tá hạm trưởng đang ở một chiến hạm khác hay về nhà đón vợ con chưa kịp trở lại*)

***

Tôi đứng một mình cô đơn trên boong tầu, nhìn thành phố Sài Gòn thân yêu từ từ lùi lại phía sau, gió sông thổi lồng lộng trên mái tóc, quần áo bay phần phật. Trời đã tối hẳn mà thành phố vẫn chưa thấy lên đèn, chỉ thấy những đám cháy sáng đỏ rực bốc lên từ bốn góc trời, những lửa đỏ vẫn dồn dập chụp xuống, kho xăng Nhà Bè trắng xóa, lấp loáng dưới ánh lửa đang cuồn cuộn bốc cao, những nỗi chết vẫn túa vào. Tiếng súng đại pháo hỏa tiễn từ hướng phi trường vọng về. Ánh lửa bập bùng từ phía sau nhà thờ Đức Bà, nơi có tòa đại sứ Mỹ.

Sài Gòn nằm đó, Sài Gòn đang quằn quại đau thương, Sài Gòn của tôi, của những chiều thứ Bảy bên người yêu trên hè phố Bonard. Sài Gòn của bạn bè, của những tháng ngày trẻ dại cúp cua trốn học vào rạp hát Vĩnh Lợi hay Lê Lợi xem phim. Sài Gòn có gia đình cha mẹ anh em. Sài Gòn bây giờ đang oằn lên những nét thương đau chết chóc xa lìa…
Trên nền trời u ám và hình như mưa rơi lất phất. Tầu từ từ xa dần bến Bạch Đằng – nơi mà hai mươi năm về trước, thầy mẹ tôi đã dẫn tôi xuống bộ sau một cuộc hải hành đi tìm tự do từ Hải Phòng vào Nam. Thật không ngờ, điểm đến của hai mươi năm về trước lại là điểm khởi hành không bờ bến của hai mươi năm sau. Lần đó thầy mẹ tôi trốn chạy cộng sản mang tôi đi trong đêm tối tìm tự do. Lần này, tự tôi một mình đi tìm đường thoát. Đi kiếm tìm tự do. Đi đâu, tôi không hình dung được, nhưng phải đi, nhất định phải đi. Đi hay ở lại đồng nghĩa với sống hoặc chết. Đi là sống, ở lại là chết.

Con tầu lướt nhẹ và hình ảnh Sài Gòn thân yêu mờ dần trong sương đêm. Thôi giã từ Sài Gòn, giã từ em và các con thân yêu, giã từ những ngày xưa thân ái.

Tôi vẫn đứng trên boong tầu suốt đêm, nhìn con nước đen, nhìn bầu trời đầy sao. Lần thứ hai trong đời, tôi được đi trên một chiếc tầu biển ra xa bờ, chung quanh tôi im lìm, chỉ còn nghe tiếng sóng vỗ, chỉ còn nghe tiếng gió thổi, tôi tự hỏi không biết đây là sự sống hay nỗi chết, không biết đây là thực hay mơ. Mọi sự việc xảy ra như một thoáng giây, như mờ như ảo.

Trên bầu trời đầy sao, tự nhiên đến lúc này tôi mới thấm thía buồn, thấm thía nỗi cô đơn, tôi nhớ đến em, em bây giờ đang khắc khoải ôm con ngóng trông chồng. Thôi còn đâu tay gối ấm nồng, còn đâu đưa đón cổng trường, còn đâu những ngày trời nắng, những chiều mưa và những mùa trăng trên bãi biển Qui Nhơn. Chưa một lần trong đời tôi rơi lệ, thế mà đêm nay tôi thấy nước mắt tự nhiên ứa ra nhạt nhoà. Thương nhớ Việt Nam. Thương nhớ Sài Gòn. Thương nhớ em...

NGÀY 30 THÁNG 4 NĂM 1975
LÊNH ĐÊNH TRÊN BIỂN HẸN

Qua ngày hôm sau, tầu ra đến cửa biển khi trời vừa hừng sáng, sóng bắt đầu vỗ dồn dập ở mạn tầu. Tôi vẫn chưa biết tầu đi đâu chỉ nghe Việt nói đến điểm hẹn ngoài hải phận đảo Côn Sơn.

Qua radio của những anh em thủy thủ trên tầu tin cho chúng tôi biết khoảng gần trưa ngày 30 tháng 4, Đại tướng Dương văn Minh đã tuyên bố đầu hàng, Miền Nam đã thua cuộc.

Mãi đến tối, chiến hạm mới đến được điểm hẹn ngoài khơi đảo Côn Sơn. Vì là loại trục lôi hạm nhỏ hoạt động ven bờ nên chúng tôi được yêu cầu chuyển qua tầu lớn – chiến hạm HQ 5. Tôi không nhớ đoàn tầu có bao nhiêu chiếc, chỉ nghe nói khoảng 30 chiếc cứ chạy vòng vòng chờ nhau cả ngày cả đêm.

Vì nhớ thương gia đình còn kẹt lại – Hùng, cơ khí trưởng tầu HQ 116, bạn của Tiêng quyết định nhảy xuống chiếc LCM lái một mình trở về Sài Gòn đón vợ con. Anh em trên tầu tập trung tiền mặt chứa đầy một bao tải cá nhân, ném xuống cho anh thủy thủ can đảm này, nhưng không biết liệu anh có thể sử dụng được không khi mà Sài Gòn đã có chính quyền mới. Những người gom tiền đưa hết cho anh chỉ nghĩ là tiền không còn giá trị nữa khi rời khỏi đất nước. Trong một ý nghĩa nhất định nào đó, tiền bạc là giá trị tích luỹ từ sức lao động làm việc, từ mồ hôi, nước mắt; bỗng nhiên, nay trở thành số không. Quả thật thế gian này là vô thường, có đó rồi không đó. Chỉ trong vòng hai mươi năm, đây là lần thứ hai trong đời tôi được chứng kiến tận mắt tiền của từ có biến thành không. Lần trước, vào năm 1954 thầy mẹ tôi đã bỏ lại tất cả tiền bạc, của cải vườn ruộng dành dụm một đời, ra đi với hai bàn tay trắng, từ Bắc vào Nam.

****

Các chiến hạm cứ chạy vòng vòng ngoài hải phận quốc tế để chờ nhau. Có chiếc bị hư nên phải chuyển tầu, có chiếc chạy yếu, chạy chậm. Mãi đến trưa ngày mồng một tháng Năm cả đoàn tầu mới được lệnh trực chỉ vịnh Subic Bay, Phi Luật Tân. Lệnh này không biết của ai nhưng về sau đọc lại lịch sử chiến trận Việt Nam mới biết là từ bộ chỉ duy chiến dịch di tản của Mỹ đặt trên soái hạm Hạm Đội Thái Bình Dương.

Ở trên chiến hạm HQ 5 rất đông tướng tá, bộ trưởng, thứ trưởng, quân nhân đủ mọi binh chủng, và người dân thường nữa nên không còn chỗ trống cho những người đến sau như chúng tôi. Tiêng và tôi cùng Quốc – người bạn mới quen trên tầu HQ 116 chọn vị trí nằm ở trên boong tầu, cạnh ụ súng đại pháo. Hàng ngày ngoài việc thay phiên nhau đi đến nhà bàn kiếm cơm ăn cho nhóm ba người, chúng tôi còn được chứng kiến tận mắt cảnh tranh dành thực phẩm, cảnh hỷ nộ ái ố giữa những người cùng cảnh ngộ chạy loạn như nhau, trong ấy phải kể đến cảnh đánh ghen giữa các "mệnh phụ" phu nhân quan lớn; có ông đem theo cô thư ký nhân tình trẻ đẹp, có bà đem theo người cận vệ hay tài xế trẻ cứ ồn ào cả lên. Họ đâu biết rằng, ngoài họ ra còn có rất nhiều cảnh đời khác, khi đêm về tựa boong tầu, âm thầm lau nước mắt, nhớ thương mẹ già, thương người vợ trẻ và đứa con thơ còn kẹt lại quê nhà.

NGÀY 1 ĐẾN 7 THÁNG 5 NĂM 1975: TRỞ NGẠI HẢI HÀNH

Hạm đội Hải Quân Việt Nam Cộng Hòa gồm khoảng 30 chiếc chiến hạm các loại mà hầu hết đã cũ do Hải Quân Hoa Kỳ chuyển giao trong cuộc chiến, nên ỳ ạch di chuyển trên một hải trình ngắn. Thay vì phải mất khoảng 3 ngày là tới Subic Bay, hạm đội mất một tuần mới gần tới hải phận Philippines.

Thật ra không phải như vậy mà vì trở ngại ngoại giao giữa Philippines và Hà Nội nên hạm đội phải di chuyển chậm chờ kết quả thương thảo giữa ba bên Philippines, Hoa Kỳ và Cộng Sản Việt Nam. Chính quyền mới đã chính thức lên tiếng đòi tính cách chủ quyền trên các chiến hạm đang di tản khỏi Sài Gòn và yêu cầu Philippines hoàn trả. Philippines không muốn làm mất lòng Hà Nội khi phải tiếp nhận các chiến hạm theo yêu cầu của Hoa Kỳ.

Sau cùng lệnh của Ngũ Giác Đài cho hải quân Hoa Kỳ thực hiện thủ tục thu hồi các chiến hạm đã viện trợ cho quân lực VNCH trước đây bằng cách xóa bỏ tên và số hiệu của từng chiến hạm, thay thế cờ VNCH bằng cờ HK và vứt bỏ đạn dược xuống biển. Do vậy các chiến hạm bây giờ là sở hữu của Hoa Kỳ nên có quyền đến căn cứ Subic Bay. Lễ hạ cờ Việt Nam Cộng Hòa và treo cờ Hoa Kỳ được thông báo trên hệ thống truyền tin các chiến hạm và trên các loa phóng thanh trên tàu là 12 giờ trưa ngày 7-5-1975 trước khi các tầu tiến vào hải phận Subic Bay.

Hôm lễ hạ cờ VNCH rất cảm động, toàn thể những người hiện diện trên chiến hạm gồm quan và dân đồng ca bài quốc ca lần cuối, nhiều người không cầm được nước mắt, nghẹn nào nhìn cảnh lá cờ vàng ba sọc đỏ VNCH kéo xuống, cờ Mỹ kéo lên. Sau đó là nhật lệnh cuối cùng của cấp chỉ huy cao cấp nhất có mặt trên chiến hạm là tất cả tướng tá và quân nhân các cấp phải lột bỏ lon lá, phù hiệu quân binh chủng và vất tất cả võ khí cá nhân xuống biển. Với tôi, ngoài bộ quần áo trên người, tôi còn có gì đâu mà vất với bỏ!

Thế là chấm hết. Một quân đội hùng mạnh với gần một triệu quân dưới cờ sau hai mươi năm chiến đấu dũng cảm nay phải hạ cờ bỏ súng. Tại sao lại phải chấm dứt một cách tức tưởi như thế? Tại sao Hoa kỳ lại bỏ cuộc như thế? Vì sao Hoa Kỳ kết thúc cuộc chiến và bỏ rơi cái gọi là “đồng minh thân thiết VNCH” của mình.

Câu trả lời ngắn gọn là vì quyền lợi của Mỹ ở Việt Nam đã không còn nữa sau khi họ đã dịch chuyển chính sách về Trung Đông và Do Thái. Họ cần bảo vệ Do Thái và cần năng lượng xăng dầu nhiều hơn và rẻ hơn. Thật sự không phải hôm nay Hoa Kỳ mới bỏ rơi chúng ta mà Hoa Kỳ đã bỏ rơi chúng ta từ 3 năm trước, kể từ ngày Tổng thống Nixon bắt tay được với Trung Quốc vào năm 1972. Nam Việt Nam không còn là tiền đồn ngăn chặn làn sóng cộng sản nữa.

Bất hạnh thay, đất nước chúng tôi, dưới sự lãnh đạo của những người bất tài tham nhũng, không có tâm và có tầm, đã không đủ dũng cảm dành quyền tự lập, tự quyết, tự chủ và tự cường như Tây Đức hay Nam Hàn để đến nay phải trả giá quá đắt khi hoàn toàn bị lệ thuộc, nếu không muốn nói là nô lệ vào Hoa Kỳ, từ vật chất đến tâm lý, từ chính trị, ngoại giao, quốc phòng đến kinh tế, từ súng ống, đạn dược đến cả lương bổng cho quân nhân, cảnh sát và công chức. Mà hễ bị nô lệ thì chủ bảo sao thì tớ phải nghe theo! Rất đơn giản thôi.

****

Đến Subic Bay, căn cứ Hải Quân Mỹ tại Philippines, tất cả mọi người mà bây giờ đồng là thường dân ước lượng trên 30 ngàn người trên 30 chiếc tầu các loại, được lệnh chuyển qua các thương thuyền do Hoa Kỳ thuê bao, ngay trong đêm khuya để tiếp tục cuộc hải hành đến đảo Guam.

Do chính quyền Philippines không chấp thuận cho dân tị nạn lên bờ tạm trú để chuyển tiếp đi Mỹ, nên một đoàn thương thuyền nhiều chiếc được Mỹ thuê bao chờ sẵn ở cảng để tiếp chuyển đưa đồng bào đến Guam. Về sau đọc báo tại trại tị nạn, tôi mới được biết tên một số tầu là: Pioneer Commander, American Challenger, Greenville Victory, Sergeant Andrew Miller, Green Forest và Green Port..., mỗi chiếc có sức chứa chở khoảng 5.000 người.

Vì chuyển tầu trong đêm nên tôi không biết là mình đi trên chiếc nào, chỉ biết là tầu không thuộc loại chuyên chở hành khách mà chở hàng hóa nên không có phòng và giường để ngủ mà là nằm trên sàn tầu. Mọi người tự do chiếm chỗ, bất cứ chỗ nào trống là được. Riêng tôi chọn ở trên boong tầu thoáng mát hơn. Vì chỉ ăn đồ hộp trái cây do anh em trong nhóm tôi mang theo từ chiến hạm HQ 116 nên không thấy đói và nhờ vậy nên không có nhiều nhu cầu vệ sinh. Chỉ tội nghiệp các em nhỏ không có thức ăn và sữa uống nên khóc la cả ngày cả đêm. Nhiều cha mẹ phải năn nỉ xin ai có khẩu phần cơm sấy khô quân đội cho mua lại bằng nhiều tiền dollars. Tầu không phát thực phẩm và nước uống, mọi người phải tự túc. Tuy thế họ cũng có đặt nhiều nhà vệ sinh lộ thiên bằng gỗ dã chiến dọc theo lan can tầu.

Khoảng nửa đêm ngày 13 tháng 5 tức sau 13 ngày hải hành từ Côn Sơn, đoàn tầu cập cảng Apra, thuộc căn cứ Hải Quân Mỹ ở Guam. Chúng tôi được chở thẳng từ bến tầu đến Orote Point, cách khoảng nửa giờ xe. Orote Point là trai lều mệnh danh là Tent city, giang sơn mỗi người là chiếc ghế bố đặt trên nền đất, trong mỗi căn lều vải chứa chừng 20 người. Đây là khu hẻo lánh nhất nằm ở phía nam đảo Guam, dựng trên nền một phi trường cũ. Tổng số dân cư đảo Guam hồi ấy chưa tới 100 ngàn người trong khi tổng số dân tị nạn tới đây lên tới hơn 100 ngàn. Vì toàn đảo không có đủ xe bus chuyên chở nhiều chục ngàn người tị nạn mới đến nên thống đốc Guam đã ra lệnh cho các trường học cho học sinh nghỉ học ba ngày để trưng dụng xe bus mầu vàng chở dân tị nạn từ cảng đến trại tị nạn. Cảm ơn ngài Thống đốc và nhân dân đảo Guam.

NGÀY 13-5-1975
ĐẾN ĐẢO GUAM AN TOÀN

Ngày đặt chân đến đảo Guam, tôi nhớ mãi không quên vì chính là ngày sinh nhật đầu tiên của đứa con út tôi - ngày 13-

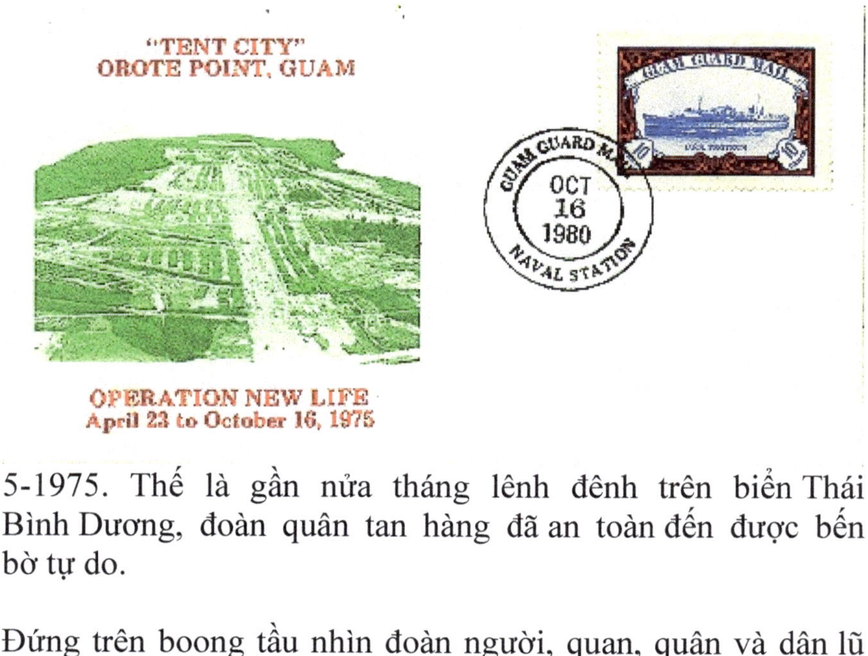

5-1975. Thế là gần nửa tháng lênh đênh trên biển Thái Bình Dương, đoàn quân tan hàng đã an toàn đến được bến bờ tự do.

Đứng trên boong tầu nhìn đoàn người, quan, quân và dân lũ lượt xuống bộ, tôi không thấy buồn mà cũng chẳng thấy vui, tôi chỉ cảm thấy hổ thẹn và tiếc nuối cho tuổi trẻ Việt Nam, trong đó có tôi đã không làm được gì sau hai mươi năm chinh chiến, đã không giữ vững được miền Nam đất Việt để ngày nay phải tháo chạy tìm đất tạm dung. Quê hương chúng tôi đã đổ nát vì lòng tham cuồng của đối phương sắt máu, vì sự lãnh đạo độc tài, ngu dốt và tham nhũng của chính quyền bên này, và cũng vì nhân dân miền Nam chúng tôi chia rẽ, thờ ơ, chống đối và chán chường một cuộc chiến dài lê thê và nhất là vì sự tiêu cực đến bất lực của khối đông tuổi trẻ chúng tôi.

Nhóm chúng tôi là những người trai trẻ độc thân, không gia đình xuống đảo sau cùng nên mãi đến tối khuya, chân mới chạm được mặt đất, mỗi người được nhận áo quần, khăn tắm, xà phòng, bàn chải và kem đánh răng. Sau khi qua hệ thống tự động vòi phun hơi tẩy trùng DDT toàn thân, tắm rửa lộ thiên và thay áo quần rồi lên xe buýt về trại Orote Point thì trời đã vào khuya. Ở cùng lều với chúng tôi còn có anh chị Việt và Quốc người bạn mới quen trên chiến hạm.

Tôi cũng không ngờ đúng 20 năm ngày rời đất Bắc vào Nam đến nơi ở đầu tiên là trại Lều Phú Thọ nay nơi đến mới cũng trại lều ở bên kia bờ Thái Bình Dương, cũng do Thủy Quân Lục Chiến Hoa Kỳ thiết lập, chỉ có điều quy mô hơn và rộng lớn hơn.

****

Guam nằm ở vùng biển Thái Bình Dương, là lãnh thổ hải ngoại nhỏ nhất và xa nhất của Mỹ, cách Hawaii hơn 5.000 km về phía tây, cách thành phố Los Angeles khoảng 12 giờ bay. Thủ phủ của đảo là Agana. Guam đượ biết đến là trung tâm đầu não chiến lược quan trọng của quân đội Mỹ ở Tây Thái Bình Dương. Dân số khoảng 100.000 người, là nơi Mỹ đặt căn cứ không quân Andersen và căn cứ hải quân Apra. Guam được dùng làm chặng dừng chân đầu tiên của hơn 100 ngàn người Việt tỵ nạn đến đất Mỹ.

Thế là đã qua một đêm ngủ thật an lành trên ghế bố. Sáng tỉnh dạy chúng tôi mới đi khám phá và nghe ngóng tình hình về nơi này thì thấy nơi đây đúng là một thành phố lều bao la bát ngát được mệnh danh là Tent City do Thuỷ Quân Lục Chiến Hoa Kỳ cấp tốc dựng tạm để chứa khoảng 100 ngàn người.

Hồi 1954 trại lều Phú Thọ chỉ có 10 ngàn người mà tôi đã thấy lớn thấy rộng, nay nơi đây sức chứa lên tới 100 ngàn người thì đủ biết nó rộng lớn nhường nào.
Nơi đây vốn là một phần của phi trường cũ bỏ hoang nằm ở phía Nam đảo, có hai con đường chánh trải nhựa chạy xéo xuyên nhau với nhiều trụ đèn cao sáng vào ban đêm. Họ đặt bộ chỉ huy trại và các cơ sở yểm trợ như văn phòng Cao Ủy Tỵ Nạn LHQ, Sở Di Trú và Nhập Tịch Hoa Kỳ, các tổ chức thiện nguyện như Hội Hồng Thập Tự Hoa Kỳ; và một bệnh xá dã chiến, ngay nơi giao lộ của hai con đường chính, mà về sau có tên gọi là "Ngã Tư Quốc Tế." Nơi đây là trung tâm hội ngộ, cũng là nơi khóc, nơi cười, nơi tìm người thân thất lạc, vợ tìm chồng, chồng tìm vợ, cha mẹ tìm con, nơi nghe ngóng tin tức quê nhà quê người. Có thể nói đây là nơi sinh hoạt sầm uất nhất về ban đêm.

Trại tạm cư "Tent City Orote Point, Guam"

****

Công việc đầu tiên ngày hôm nay (14/5/1975) là chúng tôi, cũng như tất cả mọi người phải làm thủ tục ghi danh lý lịch với sở di trú và nhập tịch Hoa Kỳ để họ cấp giấy I-94, đồng thời sắp xếp chuyến bay về nội địa. Một cô người Việt có chồng là quân nhân Mỹ đồn trú ở Guam từ năm 1972, vì nhớ người Việt quá nên tình nguyện làm việc ở sở di trú kể cho tôi biết trong danh sách người tị nạn ghi danh cổ chỉ thấy có hai nghề nghiệp phổ thông nhất là quân nhân và danh ca. Họ khai là làm nghề đánh cá nhưng máy chữ không có dấu tiếng Việt thành là danh ca. Cô giải thích thêm.

Cũng trong thời gian ở đây để chờ ngày lên chuyến bay đi nội địa Hoa Kỳ; Tiêng gặp được gia đình anh Chiển, ông anh họ làm ở cục an ninh quân đội nên được ghép chung cùng gia đình để có ưu tiên đi sớm.
Trong lều với 20 chiếc ghế bố loại nhà binh sắp thành hai hàng, chúng tôi chỉ có 5 người, Tiêng, Quốc, tôi và anh chị Việt. Tiếc cho anh chị ấy, vợ chồng mới cưới không có được một phòng riêng hay ít nhất có được chiếc màn che ngăn cách để ngủ mà chúng tôi cũng vô tình không đi kiếm một cái lều khác ở để dành riêng lều này cho họ được tự do. Thật ra chị Việt là bạn gái của anh ấy, tình cờ lên chiến hạm thăm người yêu, rồi lệnh báo động tầu rời bến thế là chị đi luôn theo anh và trở nên vợ chồng khi đến đảo. Chúc mừng hạnh phúc đến anh chị Việt, dù lời chúc muộn màng.

Rồi thời gian qua mau, Tiêng rời đảo trước rồi đến anh chị Việt rời khỏi Guam. Còn lại hai chúng tôi, hàng ngày vẫn xếp hàng dưới cơn nắng hải đảo để ăn cơm ngày hai bữa, lang thang đến khu trung tâm "Ngã Tư Quốc Tế" nơi đặt văn phòng điều hành trại xem danh sách chờ chuyến bay về nội địa, tối đi xem chiếu bóng ngoài trời gần bãi biển. Chỉ thế thôi và chỉ thế thôi.

Phải kể thêm, cuộc sống ở trại Orote Point khá đặc biệt. Các quân nhân Mỹ đối xử với người tị nạn khá tốt, họ làm bất cứ điều gì mà người tị nạn yêu cầu. Họ phục vụ hết mình, ngày dọn ăn cho bà con hai bữa ăn, sáng từ 7 đến 11 giờ, chiều từ 3 đến 8 giờ mà hàng người xếp hàng lúc nào cũng dài dưới cơn nắng hải đảo. Có người than phiền cơm như là cơm luộc, thế là ngày hôm sau họ nhờ người Việt mình vào nhà bếp nấu cơm kiểu cơm Việt Nam. Cơm nước ở đây ê hề, thịt gà ta, gà tây ăn dư thừa, một số bà còn lấy đem về lều biến chế thành món gà chà bông, ăn rất ngon. Bữa ăn sáng là kiểu ăn sáng của Mỹ với bánh mì lát ăn với trứng gà scrambled và bacons, xúc xích cùng với sữa tươi, cà phê và nước cam. Lần đầu tiên tôi uống cà phê Mỹ không đường, sao mà nhạt nhẽo thế! mặc dầu tôi có cho chút ít đường. Có thể do mình uống cà phê phin với sữa đặc quen ở Việt Nam nên không quen với mùi vị mới.

Nhờ xếp hàng ngày 2 lần ăn trưa và chiều nên cũng tiêu khá nhiều thì giờ. Đêm về nằm gác tay lên trán tự hỏi không biết ngày mai sẽ ra sao, sẽ đi về đâu và làm gì để sống…

Mọi tin tức ở trại đều được loan báo qua đài phát thanh nói tiếng Việt, hình như do ca sĩ Kim Vui và người chồng Mỹ của cô phụ trách và tờ nhật báo **Chân Trời Mới** phát hành mỗi ngày, chuyên về tin tức định cư người tị nạn. Câu chuyện bàn tán quanh trại vẫn là chuyện bao lâu sẽ được rời đảo bay về Mỹ và tin tức về một nhóm người đòi hồi hương thường gây ồn ào với biểu tình yêu cầu Hoa Kỳ sớm đưa họ trở về Việt Nam làm nhiều người chú ý. Chuyện thứ nhì bàn tán là chọn đi đâu trong bốn trung tâm ở đất liền nằm ở bốn tiểu bang: California, Florida, Arkansas hay Pennsylvania? Muốn đi California hay Florida phải xếp hàng từ sáng sớm để ghi tên. Họ nói California và Florida nắng ấm, khí hậu hợp với người Việt. Thực tế không như mọi người mong muốn. Chính sách di dân của chính phủ Mỹ là phân tán mỏng dân tị nạn để mau hòa nhập vào cộng đồng bản xứ.
Cho đến khi tôi ghi danh được thì hai trại ở Florida và California đã đóng cửa và ngay cả trại Orote Point này cũng sẽ đóng do mùa bão Tây Bắc Thái Bình Dương hàng năm sắp đến, nên không có lựa chọn. Họ ghi tên đi đâu thì đi đó. Tôi đi về Fort Indiantown Gap ở bang Pennsylvania. Cũng còn duyên với bạn hiền, Tiêng đi theo gia đình anh Chiển nên được đi trại Fort Indiantown Gap sớm từ tuần trước.

Nhắc đến đảo Guam cũng không quên nhiều cảnh đời trong đó có những gia đình đông con gái, cha mẹ không biết làm sao sống nơi đất khách quê người nên đã vội vã đồng ý gả con cho những người lính Mỹ hay những chàng trai ở đảo làm việc trong trại đến cầu hôn. Chính tôi đã chứng kiến một anh quân nhân Mỹ, không phải hàng sĩ quan đã quỳ xuống ngay dưới đất trước mặt cô gái trẻ, khá đẹp và trước sự chứng kiến của mẹ cô gái để trao nhẫn cầu hôn. Họ nằm trong số hai nghìn người đã chọn Guam định cư vào ngày đóng cửa trại. Tôi nghĩ thầm không biết về sau này cô gái có được hạnh phúc không và người mẹ có sót sa khi rời xa cô về đất liền. Chúc cho cô hạnh phúc.

Về sau, chúng tôi được biết có tất cả 110 nghìn người tị nạn đã đến Guam trong số 130 nghìn người thoát khỏi Việt Nam vào ngày 30/4/1975 và vài ngày sau đó. Cảm ơn nhân dân và chính quyền đảo Guam đã giang tay đón chào những người Việt đến đây.

Dù đảo Guam không phải là nơi đáng yêu, đáng nhớ, nhưng đã là nơi ghi dấu vết hằn trong tim tôi, nỗi buồn đầu đời mất quê hương, nỗi buồn xa lìa vợ con khi hàng ngày phải đi sắp hàng ăn cơm, sắp hàng lãnh phẩm vật cứu trợ và cảm nhận thế nào là nỗi niềm thương nhớ gia đình khi nhìn về quê hương xa thẳm không có ngày về.

BẾN BỜ TỰ DO

Thế là tôi đã đến được bến bờ tự do sau một cuộc hải hành dài 13 ngày trên biển Thái Bình Dương và cuộc chiến dài 30 năm trên quê hương tôi. Cuộc chiến bắt đầu từ lúc tôi chập chững bước những bước đi đầu tiên vào đời cho đến khi cuộc chiến tạm thời kết thúc lúc tôi lên 11 tuổi vào năm 1954. Sử sách ghi lại đây là cuộc chiến chống thực dân Pháp kéo dài 10 năm từ năm 1945 đến năm 1954 và tiếp theo sau đó 20 năm là cuộc chiến chống lại chủ nghĩa cộng sản độc tài hay nói gọn là cuộc chiến ý thức hệ. Miền Bắc theo chủ nghĩa độc tài cộng sản do Trung Quốc và Liên Xô lãnh đạo. Miền Nam theo chủ nghĩa tư bản tự do Mỹ lãnh đạo.

Sau 30 năm chiến tranh chết chóc và tang thương, số người Việt Nam chúng tôi ở cả hai bên thiệt mạng lên tới ba triệu người. Đất nước và tài sản của dân chúng cả hai miền đều bị chiến tranh tàn phá đến mức độ chưa từng thấy trong lịch sử, cho đến nay vẫn còn những di hại của bom, mìn chưa nổ và chất thuốc khai quang.
Tôi ra đời trong bối cảnh chiến tranh như vậy tại một làng quê miền Bắc, theo cha mẹ di cư vào Nam tìm tự do trong khuôn khổ quy định của hiệp định Geneve, ai muốn ở lại miền Bắc thì ở, ai muốn đổi chế độ thì vào Nam.

Do phải sinh sống trong thời chiến tranh loạn lạc nên tôi sớm có được nhận thức về các biến cố trong đời và cho đến nay tôi vẫn còn nhớ những khúc quanh lịch sử nước tôi như một khúc phim quay lại.

Ngay sau ngày 20 tháng 7 năm 1954 hiệp định Geneve ký kết, thầy mẹ tôi bồng bế con cái trở về quê, sau một thời gian lên tỉnh lánh nạn binh đao. Lúc ấy mọi nơi dân chúng phấn khởi vì hết chiến tranh, thôn quê và thành thị được đi lại tự do, nhiều gia đình đoàn tụ, hạnh phúc, nhưng tiếc thay, chỉ sau vài tháng, dân chúng bị cưỡng bách đi lao động dân công, các cán bộ ủy ban kháng chiến xã huyện đi kiểm kê tài sản nhà cửa ruộng vườn để thực thi cái gọi là “cải cách ruộng đất”, phân phối tài sản đồng đều, giàu nghèo như nhau. Họ thực hiện chế độ kinh tế tập trung do nhà nước làm chủ, khiến dân chúng hoang mang lo sợ. Luật pháp thì tùy tiện do các cán bộ, công an địa phương quyết định. Dân chúng mất niềm tin vì cuộc sống thay đổi đột ngột không định hướng. Thầy mẹ tôi kể, lúc ấy ai ai cũng lo lắng khai báo cho mình một tiểu sử nghèo, dốt, để hy vọng mình được xếp vào thành phần “bần cố nông”, tránh bị thanh toán. Cờ đỏ sao vàng và cờ đỏ búa liềm của cộng sản quốc tế lúc nào cũng tung bay rợp trời khắp nơi.

Vì là giai cấp địa chủ, lại thấy cộng sản quá gian ác và cảm nhận không thể nào sống nổi dưới chế độ cộng sản, nên thầy mẹ tôi quyết định rời bỏ xóm làng, họ hàng bà con bồng bế con cái trốn đi trong đêm đến cảng biển Hải Phòng vào Nam, lúc ấy vào khoảng cuối năm 1954, tức gần nửa năm, sau ngày đình chiến.

Nhờ lực lượng hải quân hùng hậu và dồi dào tài chính của Hoa Kỳ trợ giúp nên có khoảng gần một triệu người đã di cư từ miền Bắc vào Nam, trong đó có chúng tôi. Tôi nhớ hồi đó ông Ngô Đình Diệm được Mỹ đưa từ một chủng viện Thiên Chúa Giáo ở Mỹ về miền Nam làm Thủ tướng của Quốc trưởng Bảo Đại, đám học trò lớp nhất chúng tôi hợp cùng với lớp nhất các trường khác được các thầy cô tập hợp đi đón và hoan hô Tổng Thống Ngô Đình Diệm về nước chấp chánh. Hồi ấy, ông quyết liệt dẹp tất cả các lực lượng võ trang ở miền Nam như quân đội Bình Xuyên, quân đội Cao Đài, quân đội Hòa Hảo để bình ổn miền Nam, và sau khi dẹp tan các lực lượng này, ông Diệm với sự ủng hộ của Mỹ, tổ chức trưng cầu dân ý truất phế quốc trưởng Bảo Đại lập nên nền đệ nhất Việt Nam Cộng Hòa. Tôi không biết sự kiện chính trị này có được chính danh không.

Hồi đó khi vào miền Nam, tôi theo học lớp Nhất tại trường tiểu học Phú Nhuận. Vào mỗi sáng thứ Hai chào cờ, tôi được cô giáo lớp tôi cho "vinh dự" kéo cờ và tất cả học sinh phải hát bài ca suy tôn Ngô Tổng Thống sau khi chào quốc kỳ. Ở miền Nam, dạo ấy tôi không hiểu tại sao chính quyền các cấp vận động và tổ chức quần chúng hay đến như thế. Mỗi phường xã đều có phòng thông tin cộng đồng để dân chúng đến xem sách báo miễn phí, tiếp nhận trực tiếp tin tức cộng đồng. Họ tổ chức quần chúng suy tôn Ngô Tổng Thống rồi đả đảo cộng sản. Vào trong rạp hát ngày ấy xem chiếu phim khán giả cũng phải đứng dậy chào cờ và hát bài ca suy tôn.

Nói gì thì nói dưới chính thể cộng hòa và do sự lãnh đạo của ông Ngô Đình Diệm, dân chúng miền Nam có được ít nhất là sáu năm sống trong thanh bình, không chiến tranh loạn lạc.

FORT INDIANTOWN GAP
NHỮNG NGÀY CHỜ MONG

Để tránh mùa mưa bão hàng năm sắp đến đảo Guam, nên bộ chỉ huy trại – nói chính xác hơn là *Bộ Chỉ Huy Chiến Dịch Đời Sống Mới*, phải gia tăng tốc độ đưa tất cả người tị nạn về các trại tập trung trong nội địa Hoa Kỳ. Họ lập cầu không vận nối liền đảo Guam với bốn trại tị nạn trong lục địa để chuyển vận dân tị nạn. Họ thuê các máy bay dân sự và các xe bus mầu vàng chuyên dụng chở học sinh để chuyển vận dân tị nạn ngày đêm rời đảo.

Thế là tôi và Quốc, hai người bạn còn lại trong lều cũng tới lượt lên xe bus cùng đoàn người lũ lượt ra phi trường quân sự Andersen để chờ lên máy bay đi Mỹ. Đoàn người được đưa vào các ba-rắc quân đội hình vòm, ngủ trên giường có nệm, ở đó một hay hai ngày rồi lên đường vào nước Mỹ bằng chuyến bay dân sự American do chính phủ thuê bao. Máy bay khá dài và rộng loại Boing 707, trên đường bay về Mỹ ghé Alaska tiếp nhiên liệu rồi sau đó bay thẳng về phi trường Harrisburg International Airport, tiểu bang Pennsylvania, miền Đông Bắc Hoa Kỳ.

Đến Harrisburg, tôi thấy đoàn xe buýt cũng mầu vàng chờ sẵn đón chúng tôi chuyển vận về trại tỵ nan Fort Indiantown Gap

cách đó khoảng một giờ xe, khi trời sắp tối và mưa nhẹ. Ngồi trên xe, tôi thầm nghĩ xe đưa chúng tôi về đâu? Chắc không chỉ là một trại tị nạn mà là về một vùng trời mới đầy tương lai hứa hẹn hay vùng trời sa mạc hoang vu đầy bất định và hoang mang.
Cảm xúc buồn nhớ quê hương, thương nhớ vợ con trong lòng tôi lại dấy lên. Sài gòn bây giờ đã mù khơi, đã thật xa rồi em ơi. Sài Gòn ơi, bây giờ ở đâu. Em ơi, bây giờ em ở đâu và đang làm gì, có nhớ đến anh không, có thầm nghĩ: "*chàng từ đi vào nơi gió cát. Đêm trăng này nghỉ mát phương nao?*"

Nơi đây và Sài Gòn cách nhau đúng nửa vòng địa cầu, em ở đầu cầu bên kia, anh ở đầu cầu bên này, hai khung trời cách

biệt, hai phương trời thương nhớ. Càng ngày anh càng xa em, Sài Gòn – Côn Sơn - Subic Bay – Guam - Pennsylvania và còn đâu nữa? mỗi một chặng đường anh đi tới lại thêm xa những gì vừa bỏ lại đằng sau, nhưng chắc chắn một điều, anh không xa em và con trong tâm tưởng.

Căn cứ quân sự Fort Indiantown Gap, một trong những căn cứ chính của quân đội và lực lượng Vệ Binh Quốc Gia tiểu bang Pennsylvania, tạm thời được dùng làm nơi tiếp cư cho người Việt tị nạn trên đất Mỹ. Mãi về sau tôi mới được biết nơi đây từng là nơi cư trú tạm cho 32 ngàn người Việt Nam, trong đó có tôi vào cuối năm 1975 và 20 ngàn người Cuba vào năm 1980.

Căn cứ có nhiều khu vực nhưng họ dành 4 khu cho những người tỵ nạn lưu trú tạm là các khu 3, 4, 5 và 6, mỗi khu gồm có nhiều tòa nhà hai tầng gọi là barrack, có nhà ăn riêng, gần nhà thờ, bệnh viện và các văn phòng di trú, dịch vụ. Từ khu này đến khu kia cách nhau khá xa, phải đi bằng xe buýt của trại đưa đi qua những con đường ngoằn ngoèo.

Khi đến nơi, đoàn người tị nạn chúng tôi được đưa vào một hội trường rộng lớn như là rạp hát trong căn cứ để tham dự buổi hướng dẫn mà tiếng Mỹ gọi là orientation, làm thủ tục nhập trại. Mọi người vô cùng ngạc nhiên vì nhận thấy hầu hết những người trong ban tổ chức đều là sĩ quan quân đội Mỹ nói tiếng Việt rất thông thạo.

Làm thủ thục nhập trại xong, chúng tôi được sắp xếp ở khu 6,

mỗi người nhận được một căn cước tị nạn, một cái chăn len màu olive quân đội, một tấm vải trải giường màu trắng, một chiếc áo gối, và được dặn kỹ: "*Đây là những thứ chính phủ Hoa Kỳ cho mượn, khi xuất trại phải hoàn lại cho trại.*"

Sau đó họ dẫn chúng tôi đến tận nơi chỉ định. Vì là ban đêm, tôi không nhớ rõ barrack số mấy, hình như là số 67 nên địa chỉ tạm ghi vào giấy tờ và bao thư là *Indiantown Gap H6-67 Annville, Pennsylvania, USA*.
Tôi và Quốc được sắp xếp ở trên lầu phía cuối barrack. Cùng ở lầu barrack này có chị Đương, vợ của cố đại uý Nguyễn Văn Đương, "người anh hùng mũ đỏ tên Đương" trong nhạc phẩm "*Anh Không Chết Đâu Em*" của nhạc sĩ Trần Thiện Thanh và một nhạc sĩ tôi không nhớ tên, nhưng có lần anh tâm sự với tôi về bản nhạc anh đang sáng tác "*Mưa bên kia*

sông" cùng với những ước mơ của anh được nhập học tại một nhạc viện ở Mỹ khi ra khỏi trại.

Cùng ở khu 6 này còn có linh mục Cao Văn Luận và cựu bộ trưởng Nghiêm Xuân Hồng. Tôi chỉ biết hai vị này chứ không quen vì khoảng cách tuổi tác và địa vị xã hội. Linh mục Cao Văn Luận nguyên là viện trưởng viện Đại học Huế, người từng từ chức vào cao điểm của phong trào tranh đấu Phật Giáo năm 1963 còn ông Nghiêm Xuân Hồng là một nhà văn luật sư viết nhiều sách về chính trị, về sau khi định cư tại miền Nam California, tôi có duyên gặp cụ tại chùa Liên Hoa ở thành phố Garden Grove trong những buổi học Phật Pháp với cụ và một lần khác đi chung với cụ trong một chuyến du lịch Trung Quốc do Từ Ân Thiền Đường tổ chức.

****

Những ngày ở Fort Indiantown Gap, cũng không khác gì ở Orote Point, chỉ khác là ở đây tiện nghi hơn, được ngủ giường nệm, có sưởi ấm vào ban đêm. Nơi đây bây giờ vẫn còn mùa Hạ nóng bức, ngày dài như không dứt. Đêm về lạnh, sương giăng mờ lối.
Việc đầu tiên tôi làm sau khi ổn định chỗ ở là biên thư cho người vợ hiền dấu yêu của tôi qua địa chỉ cô Vân, em của Nhã bạn học cũ, hiện ở thành phố Sarcelles, ngoại ô thành phố Paris, để nhờ chuyển thư báo tin tôi đã đến nơi bình an.

Những ngày tháng tiếp theo cũng vẫn là những tháng ngày đợi chờ, đợi chờ ai, đợi chờ gì hay đợi chờ ngày trở lại quê hương. Không phải vậy, chính là đợi chờ ngày được ra khỏi trại để bắt đầu làm lại cuộc sống mới. Vì hãy còn trẻ, lúc ấy tôi mới 32 tuổi nên còn nghị lực, nếu như già chắc không biết làm sao để làm lại cuộc đời mới.
Ở đây buồn lắm em ơi, vẫn những sáng trưa chiều sắp hàng vào nhà bàn ăn cơm, sau đó đi bộ lang thang hay đón xe buýt đi từ khu này đến khu kia. Đi như để ngóng tìm em, tìm

người quen, để xem chiếu bóng, để vào thư viện, để dò la tin tức, hay đi để tự trấn an nỗi hoang vắng trong lòng hay những âu lo về tương lai nơi miền vô định và nỗi lo lắng cho người thân còn ở lại. Đi vì tâm cũng như thân không thể ngồi yên được.

Đối với nhiều người có đầy đủ gia đình thì có lẽ thời gian ở đây là sung sướng nhất vì đã có ban điều hành trại lo đầy đủ từ miếng ăn nước uống đến chăn mền sưởi ấm khi mùa Thu đang về. Còn những người xa gia đình như chúng tôi vẫn còn có những ray rức, lo âu, tiếc nhớ mà lúc nào cũng dày vò, gặm nhấm tâm hồn, nếu không khéo giữ vững thì rất dễ bị trầm cảm, tàn tạ, héo hon! Tôi đã ở gần bên người bạn thân nên có nhiều lúc khuyên nhủ bạn, đồng thời cũng chính là khuyên nhủ tôi là phải dũng mãnh sống, phải hướng về phía trước mà đi tới, phải vất bỏ quá khứ, kể cả tạm quên đi những người thân yêu nhất, phải biến đau thương thành ý chí, phải hạ quyết tâm làm lại cuộc đời mới. Tôi còn nhớ đã có một lần tôi dìu bạn ra xe jeep cứu thương đưa bạn đi bệnh xá khi còn ở Orote Point vì bạn bị trầm cảm, căng thẳng thần kinh do thương nhớ vợ con, cơ thể không còn đứng vững.

Không biết cuộc đời thực tế ngoài kia có tươi đẹp hay không, nhưng chắc chắn một điều là tôi đã hạ quyết tâm đi học trở lại vì chỉ có sự học mới đem lại cuộc sống tươi sáng và quên đi tháng ngày xa vợ con, xa quê hương. Và do có quyết tâm đó, tôi đã vạch ra chương trình cụ thể là mỗi ngày phải học thuộc lòng tối thiểu mười từ tiếng Anh. Chữ nào không hiểu đến phòng đọc sách tra tự điển Oxford hay hỏi bất cứ ai. Những chữ tôi học thường là lấy từ báo Mỹ. Thế là khi ra khỏi trại là tôi có một số vốn liếng tiếng Anh tối thiểu cộng thêm một số vốn liếng đã có từ khi học Anh Văn Hội Việt Mỹ. Ngoài việc tự học trong tâm mỗi khi đi đứng nằm ngồi, tôi còn đến dự các lớp dạy Anh văn trung cấp như có lớp chuyên dạy thành ngữ do một cô giáo người Mỹ giảng dạy và một người Việt làm phụ giảng, người phụ giảng này lại là chồng của một đồng nghiệp khá đẹp trong cơ quan tôi làm việc ở Sài Gòn – anh là thiếu tá phi công A-37 đã từng đi học lái máy bay ở San Antonio trước năm 1975. Khi viết dòng hồi ký này thì anh ấy đã qua đời sau vài năm định cư ở California.

Tiêng từ giã tôi và Quốc ra trại trước về thành phố Rolla, bang Missouri đoàn tụ với cậu em đã đi du học Mỹ từ năm 1972. Vợ chồng Việt về thành phố Seattle, tiểu bang Wasshington. Giờ dây chỉ còn lại Quốc và tôi.

****

Hôm nay là ngày lễ Độc Lập Hoa Kỳ 04-7-1975, như vậy tôi đã xa nhà đúng 2 tháng 4 ngày. Ban quản trị trại tổ chức lễ khá rầm rộ với khán đài lộ thiên, có ban nhạc của trường trung học sở tại đến tham dự và giúp vui, chiều tối có văn nghệ do các ca sĩ Việt Nam, trong đó tôi thấy có ca sĩ Hoàng Oanh, Mai Hân, Lê Tuấn và hình như có Khánh Ly thay phiên lên ca hát giúp vui.
Qua ngày hôm sau, tôi đi nghe buổi nói chuyện của thầy Thích Giác Đức nói về việc đi học và chọn ngành học tại đại học Hoa Kỳ, cuối buổi nói chuyện tôi vào phòng riêng thăm thầy vì có quen biết thầy từ năm 1963. Tưởng cũng nên nói thêm là vào mùa Hè năm sau tôi có đến Washington DC thăm thầy và thầy đích thân lái xe ra trạm xe bus Greyhound đón tôi về chùa Giác Hoàng ở. Sau vài ngày tôi giã từ thầy và thầy Thích Giác Đạm, tri khách của chùa để trở lại trường học. Một năm sau đó tôi được tin thầy đã bước sang thuyền khác, trở lại với dòng sông nước chảy suôi chiều.

Những ngày hôm sau nữa tôi được văn phòng trại cho biết có hai nơi nhận bảo lãnh tôi rời khỏi trại "*anh có thể chọn một trong hai nơi này*" họ nói như vậy: một họ đạo thuộc dòng

Amish ở thành phố Lancaster bang Pennsylvania nhận bảo trợ, chắc là do anh Nhâm Ngọc Hựu, cấp chỉ huy cũ rất thân của tôi, khi còn làm việc ở Việt Nam đang ở thành phố này giới thiệu. Cũng mở ngoặc nói thêm ở đây, anh Nhâm Ngọc Hựu là Trung tá binh chủng quân nhu, đã từng là ứng cử dân biểu VNCH quận Gò Vấp, đã trách tôi sao không liên lạc với anh vào những ngày sắp mất nước để anh phải lái xe đi tìm gia đình tôi vất vả mà không được vào ngày 30/4/1975. Cảm ơn anh chị Hựu.

Vào mùa Hè năm sau (1976), sau khi thăm thầy Thích Giác Đức ở chùa Giác Hoàng Washington D.C., tôi đáp xe bus đi Lanscaster thăm anh chị Hựu và sau khi gia đình tôi đoàn tụ 6 năm sau đó anh có về miền Nam California thăm tôi và một năm sau anh tổ chức đám cưới cho con gái ở thành phố San Jose, vợ chồng tôi có đến tham dự. Bẵng đi một thời gian dài tôi nhận được tin anh xuất gia làm Sa di và một thời gian sau đó anh viên tịch để lại nhiều viên ngọc xá lợi sau khi hỏa thiêu.

Còn nơi nhận bảo trợ thứ hai ở thành phố nhỏ, tiểu bang Missouri từ một người Mỹ bạn của cậu em người bạn thân tôi đang dạy tại đại học UMR. Vì là một Phật tử nên tôi không mặn mà đi theo họ đạo nhà thờ Amish mà nói với họ tôi quyết định chọn về Rolla nơi đang có người bạn thân chờ đón. Phần Quốc cũng đang sửa soạn xuất trại đi về một nhà thờ Công giáo ở Scranton bang Pennsylvania bảo trợ. Thế là còn hai anh em lại mỗi người mỗi ngã.

Sáng hôm sau đến văn phòng trại nhận vé máy bay về nơi bảo trợ với lộ trình: Harrisburg - Kansas - San Louis - Rolla và một phong bì trong đó có 10 USD do Hội Hồng Thập Tự Hoa Kỳ tặng, rồi yêu cầu tôi về thu xếp hành lý để sáng mai sớm đến văn phòng lúc 6 giờ sáng. Tại đây, sẽ có xe bus đưa ra phi trường Harrisburg, và người bảo trợ sẽ đón tôi tại phi trường Rolla vào buổi chiều tối cùng ngày.

Đêm hôm đó, tôi trằn trọc không ngủ được, không biết tương lai mình sẽ đi về đâu nơi xứ lạ quê người này? Vợ con còn kẹt lại ở Việt nam bây giờ như thế nào? Chính quyền mới sẽ làm gì những người miền Nam thua cuộc? Cái cảm giác của bầy chim vỡ tổ, của những người thua cuộc tháo chạy, và nỗi niềm gia đình chia ly làm tôi ray rứt.

Tôi không nhớ rõ ở đây được bao lâu nhưng suốt thời gian tạm trú ở trại tị nạn này, tôi đã không phải lo về nhu cầu vật chất, ngày ăn ba bữa, tối ngủ giường nệm và luôn có những ấp ủ tương lai về những ngày trước mặt nào phải học hành, phải cố gắng sống và thầm nghĩ rằng nếu tôi ở lại chắc chắn tôi phải đi tù cải tạo vì lũ ngu dốt cứ nghĩ rằng sĩ quan biệt phái như tôi là nguy hiểm, là có nợ với nước.

Sáng hôm sau, tôi dậy từ hồi 4 giờ sáng, thu xếp hành lý, nói hành lý cho oai chứ chẳng có gì, chỉ có hai bộ quần áo do trại tị nạn phân phát cho, những giấy tờ quan trọng như giấy y tế và giấy bảo trợ, vé máy bay, và phong bì đựng 10 Dollars. Vốn liếng của tôi khi lập nghiệp nơi quốc gia này chỉ vỏn vẹn gói trọn vào cái túi sách tay nhỏ.

****

Fort Indiantown Gap buổi sớm mai giăng đầy sương mù, khí trời se lạnh của mùa Thu. Tôi nhìn quanh trại lần cuối rồi bước lên xe bus ra phi trường Harrisburg với cõi lòng buồn vui lẫn lộn để bắt đầu cuộc đời mới từ đây trên đất nước Hoa Kỳ.

THANKGIVINGS & TẾT ĐẦU TIÊN XA NHÀ

Những ngày đầu tiên định cư ở Hoa Kỳ, Rolla – thành phố đại học ở bang Missouri, nhỏ và êm đềm. Tôi được Jenkins, người Mỹ bản xứ, đang dạy học ở trường đại học UMR là bạn của cậu em, đứng ra bảo trợ tôi về thành phố này. Tôi đã đi theo tiếng gọi tình bạn lâu dài từ những ngày còn ở Việt Nam với Tiêng, nên đã quyết định nhanh chóng về đây mà không chọn lựa đi về với họ đạo Amish Lancaster.

Ngày tôi tới Rolla, bầu trời đang vào Thu với những cánh rừng mầu vàng đỏ. Hồi còn ở quê nhà tôi chỉ được thấy cảnh mùa Thu này qua hình ảnh trên báo chí và carte postal. Đây là lần đầu tiên được nhìn tận mắt cảnh sắc huy hoàng và rực rỡ của một rừng Thu, sao mà nó đẹp và nên thơ lạ lùng.

Những ngày chưa có việc làm và trường học đóng cửa nghỉ

hè nên những chiều cuối tuần chúng tôi thường lái xe lang thang chụp hình cảnh sắc mùa thu và hái rau xà lách xoong mọc dưới nước trong một con suối nằm ở ngoại ô thành phố.

Tiêng có được một việc làm tại một cửa hàng bán và sửa xe gắn máy, còn tôi khoảng một tuần sau tìm được việc làm busboy tại một nhà hàng nằm trên một tỉnh lộ, hình như tôi còn nhớ tên nhà hàng là Zeno với đồng lương tối thiểu theo luật định tiểu bang bấy giờ là một đồng chín mươi lăm cents một giờ, thế mà cũng đủ dùng sau khi đã trang trải tiền share phòng và thực phẩm. Một thời gian ngắn sau, Tiêng cũng vào làm chung tại đây với tôi.

Nhờ có được một cái job thấp kém nhất trong xã hội mới nên việc trở lại trường đi học trong tôi lại trở nên nóng bỏng hơn bao giờ hết. Trong suốt ba tháng hè, ban đêm đi làm nhà hàng, ban ngày đến thư viện trường, đến nhà thờ tin lành học Anh văn và đọc sách và tôi may mắn được chấp nhận nhập học khoá học mùa Xuân năm sau tại UMR. Tôi cũng được chấp nhận làm việc bán thời gian cho nhà trường với một công việc nhẹ nhàng hơn tại cafeteria của trường, lương được ba đồng rưỡi một giờ, gần gấp đôi lương cũ.

****

Trời Rolla vào những ngày cuối Thu thật ảm đạm, mây xám rất thấp và âm u. Rừng phong rực mầu sắc vàng đỏ của mùa Thu đã héo úa và bắt đầu tàn lụi để lại những thân cây trơ trọi. Ngoài những giờ đi làm, tôi vẫn đến thư viện tìm sách học để sửa soạn cho khóa mùa Xuân đang đến gần và cũng là để quên đi nỗi buồn viễn xứ xa nhà.

Ngày Thanksgiving đầu tiên, Tiêng, Tường – người bạn láng giềng và tôi thực hiện một chuyến viễn du miền Đông nước Mỹ, khởi hành vào đúng lúc tuyết bắt đầu rơi trên thành phố Rolla vào lúc nửa đêm lễ Tạ Ơn.

Chiến xe VW mầu xanh lục của Tiêng nhỏ bé lướt nhẹ trong đêm khuya đường vắng hướng miền đất mọc trời mọc trực chỉ. Xe đi qua cánh đồng tuyết Iowa. Vì lần đầu tiên đi du lịch lại đi trong đêm vì xứ Mỹ này không có giới nghiêm như quê nhà nên cả ba chúng tôi rất lấy làm thích thú. Chúng tôi đến thành phố Scranton thuộc tiểu bang Pennsylvania thăm Quốc trước sau đó qua Connecticut thăm gia đình anh Chiến, từ đây xe chúng tôi có thêm anh ấy cùng đi New York và Washington chơi. Có rất nhiều điều muốn kể nơi đây nhưng lại thôi, như đến một nơi chỉ dành cho người trưởng thành mà muốn vào phải ghi danh tên tuổi. Anh em toàn ghi tên các ông lớn trước đây ở miền Nam như Tiêng là Nguyễn Văn Thiệu, tôi là Nguyễn Cao Kỳ, nhưng sau đó lại đổi ý không vào. Nghĩ lại thật vui.

Trước khi nhập học khoá mùa Xuân 1976, tôi cùng hai người bạn láng giềng, nói láng giềng thì nói hơi xa nhưng thực sự chỉ là nhà kế bên cách nhau tấm ván, cùng tháp tùng theo Tiêng đi đến thành phố Houston, một thành phố lớn của tiểu bang Texas mà Tiêng có ý định tìm việc làm và Tiêng đã tìm được việc làm theo đúng nghề chuyên môn sẵn có của mình với mức lương khá tốt vào thời điểm đó. Vài ba ngày đầu ở thành phố xa lạ này, không người thân thích mà Tiêng kiếm được job cũng thật hay. Có đêm, chúng tôi phải đậu xe trong sân trường đại học Rice mà ngủ, có đêm đến nhà bạn bè của bạn bè ngủ nhờ trên sàn nhà, mặc dầu nhà có bộ salon mới còn bọc bao nylon.

Không ngờ điểm đến này của Tiêng là điểm đến cuối cuộc hành trình đi tìm tự do từ Sài Gòn đến Orote Point, Guam; đến Indiantown Gap, Pensylvania; về Rolla, Missouri rồi Houston, Texas nơi đây.

Quá nhiều kỷ niệm thật khó quên…Còn tôi vẫn nhất quyến đi học trở lại dù không có tiền trong túi, dù có vô vàn khó khăn trước mặt như tiền học, tiền ăn, và tiền ở.

(*Hình bên là căn nhà trọ ở thành phố Rolla và chiếc xe hiệu Ford đầu tiên do Tiêng tặng khi Tiêng đi Houston Texas lập nghiệp*).

Rời Houston, tôi trở lại Rolla nhập học khóa Mùa Xuân. Vì không có kinh nghiệm ghi danh chọn lớp học nên tôi khá vất vả khi di chuyển từ lớp học này sang lớp học khác ở những building khác cách xa nhau, nhất là vào mùa Đông lúc trường ngập tuyết, lối đi trơn trượt.

UMR là chữ viết tắt University of Missouri at Rolla, là tên trường khi tôi đến đây ghi danh học khóa mùa Xuân (Spring semester) vào năm 1976. Bây giờ trường đã đổi tên thành Đại học Khoa học và Công nghệ Missouri (*Missouri University of Science and Technology*), tiểu bang Missouri.

Trước năm 1975 trường có liên hệ với các trường cao đẳng thuộc Trung Tâm Quốc Gia Kỹ Thuật Phú Thọ nên khi đến đây tôi đã gặp một số anh nguyên là sinh viên của các trường đó, trong đó có anh Nguyễn Phùng đang học Cao học và Ph. D ngành Công Chánh, anh Nguyễn Khổ đang học Cao học và Ph. D ngành Hóa Học. Tôi còn nhớ anh Phùng có kể về gian nan việc học ở đây "học đến nỗi quên cả tên mình". Khi gặp nhau trên đường chuyển lớp học chỉ dơ hai ngón tay chào nhau (Hi). Mãi về sau, khi ở California tình cờ hai anh em gặp nhau trong quán ăn chay Vạn Hạnh đường Bolsa. Anh đang là giáo sư tại đại học California State University at Long Beach. Cũng không quên được Tết Việt Nam đầu tiên tại xứ người do anh làm trưởng ban tổ chức được tổ chức ngay tại một hội trường nằm trong campus đại học nhằm quy tụ những người Việt ở vùng phụ cận có dịp gặp nhau và giới thiệu với người Mỹ về nét văn hóa lễ Tết của người Việt. Anh em chúng tôi gồm khoảng 15 sinh viên đã tận lực làm việc, tập hát và ca hát giúp vui trong ngày Tết đó. Rolla không có nhiều người Việt, chỉ dăm ba gia đình có con em theo học tại đây, tuy nhiên có nhiều gia đình người Việt từ các thành phố lân cận và cũng có những gia đình ở xa như Spring Field, Kansas City đến tham dự. Một cái Tết xa nhà và cũng là đầu tiên trên đất Mỹ thật khó phai mờ trong trí nhớ.

Do vấn đề trợ cấp tài chánh eo hẹp và phải trả tiền học phí sinh viên ngoại quốc cao nên không thể trang trải đủ chi phí ăn học cho niên học tới. Vì thế, sau khóa học mùa Xuân tại UMR, tôi quyết định chuyển trường về học tại viện đại học University of Mississippi ở Oxford, ở đó chi phí ăn học ít tốn kém hơn, nơi đây cũng là một thành phố nhỏ êm đềm và tôi tốt nghiệp tại đây. Cuối cùng về California định cư đón vợ con và ở tới ngày nay.

MÙA XUÂN THỨ NHÌ
YÊN BÌNH LẶNG LẼ

Tòa nhà hành chánh của viện đại học ngày tôi ra trường 5 năm sau đó

Thành phố Oxford là một thành phố nhỏ thuộc quận Lafayette County, bang Mississippi - một thành phố hiền hòa và êm đềm, đậm chất văn hóa và nghệ thuật miền Nam Hoa Kỳ, nơi sản sinh ra nhà văn hào Mark Twain và là trú xứ (hometown) của Viện Đại Học Mississippi. Dân số chỉ vỏn vẹn có 25 ngàn người, trong khi đó số sinh viên theo học tại dây là 30 ngàn nên vào mỗi kỳ nghỉ Spring Break và nghỉ hè thành phố trở nên vắng lặng.

Tôi đến trường bằng xe bus Greyhound từ Rolla, bang Missouri. Xe không vào trong thành phố mà chỉ ngừng ở trạm gần trường nhất. Lạ nước lạ cái không biết tính làm sao để đến trường thì có hai anh một người gốc da màu và một anh da trắng cũng đến trường, thế là tôi nhập bọn gọi taxi cùng nhau về campus.

Thật không ngờ người đầu tiên tôi gặp tại trường này lại là đồng nghiệp của của tôi ở Việt Nam, anh Nguyễn Thành Đồng và chị Kim Yến vợ anh. Anh Đồng đang học Cao học Điện và chị Yến học bậc Cử nhân. Sau đó tôi được gặp hết các bạn Việt Nam đang theo học tại đây như Vũ Công Lý, Nguyễn Văn Trung và em gái Trung, thêm một người bạn trai của em gái Trung và một cặp nữa tôi đã quên tên. Tổng cộng là 9 sinh viên bao gồm tôi. Tôi và Đồng được xem như là hai sinh viên già nhất trường.

Trong thời gian tôi học ở đây, số gia đình Việt Nam ở thành phố này chỉ đếm trên đầu ngón tay. Tôi còn nhớ có gia đình anh bác sĩ Thịnh, anh là bác sĩ sản phụ khoa mà anh nói công việc hằng ngày của anh nhàm chán lắm, chỉ là chuyên đặt vòng xoắn cho các bà tại bệnh viện đa khoa tỉnh. Chị Thịnh là người Quy Nhơn cũng đang theo học ngành quản trị y tế công (Master of Public Health).

Được thành lập năm 1848 tại thành phố Oxford – giàu di tích lịch sử và đẹp như tranh vẽ – thuộc phía bắc bang Mississippi, miền Nam Hoa Kỳ. Với biệt danh Ole Miss, trường từng chỉ dành cho sinh viên da trắng cho đến năm 1962, khi chính phủ liên bang (dưới thời Tổng thống Kennedy) cử khoảng 127 cảnh sát tư pháp Hoa Kỳ (U.S. Marshals) và sau đó là quân đội liên bang (khoảng 31.000 binh sĩ) để hộ tống James Meredith – sinh viên da đen đầu tiên – nhập học theo án lệnh của Tối Cao Pháp Viện Hoa Kỳ tức Tòa án Tối cao Mỹ. Sự kiện này dẫn đến cuộc bạo loạn mà báo chí gọi là Ole Miss Riot (30-31/10/1962).

Oxford được USA Today đánh giá là một trong những thị trấn đại học nhỏ tiêu biểu nhất, đồng thời nằm trong top 100 thành phố nhỏ đáng sống nhất tại Mỹ.

Trường có quy mô hơn 25.000 sinh viên đến từ 93 quốc gia và hơn 70 ngành học bậc cử nhân cùng các chương trình cao học, tiến sĩ, tự hào mang đến cho sinh viên các chương trình học thuật xuất sắc, cơ hội nghiên cứu, khám phá sáng tạo và đổi mới theo phong cách riêng biệt. University of Mississippi luôn được vinh danh trong Top 100 trường đại học công lập hàng đầu Mỹ (xếp hạng #92 theo US News 2025)."

CHƯƠNG 5

ĐỜI SỐNG MỚI TRÊN MIỀN ĐẤT MỚI

Quả thật, so sánh với những người khác, tôi hãy còn nhiều may mắn. Suốt cuộc chiến tranh Việt Nam và trải qua hai lần vượt thoát chế độ cộng sản năm 1954 và năm 1975, cả gia đình bên nội ngoại tôi và gia đình bên nhà tôi không ai bị tử vong hay tù đầy. Riêng tôi là sĩ quan biệt phái làm việc trong một cơ quan dân sự, thay vì bị đi tù cải tạo có thể ít nhất là 5 năm vì hai chữ "biệt phái" sau ngày miền Nam thất thủ, như một số bạn đồng nghiệp của tôi ở lại, tôi được đi học lại ở Hoa Kỳ, đạt được dual degree BS.CIS và BS.ACC sau năm năm miệt mài sách đèn.

Cho đến nay, tôi đã ngoài 83 tuổi, nhìn lại cuộc đời như một chuyến tàu. Một khi đã bước lên chuyến tàu ấy, người lữ khách phải đi qua hết chặng đường này đến chặng đường khác cho đến khi kết thúc cuộc hành trình. Và bây giờ chuyến tầu đang giảm dần tốc độ, chuẩn bị cập ga cuối vào lúc hoàng hôn buông xuống. Lúc này chính là lúc nhìn lại những chặng đường đã qua để rồi buông bỏ tất cả.

Nhìn lại không phải để bi quan, để hân hoan về thành quả vẻ vang hay để hối tiếc một thời đã qua mà để nói với đời một lời tri ân, một tiếng lòng cám ơn. Mặc dầu thế hệ chúng tôi thật sự không may mắn. Tôi sinh ra khi cuộc chiến bắt đầu vào đầu thập niên 1940, cho đến khi kết thúc cuộc chiến, ngày 30 tháng 4 năm 1975, thời gian thanh bình của đất nước chúng tôi chỉ vọn vẹn được sáu năm kể từ khi hiệp định đình chiến Geneve ký kết vào ngày 20-7-1954 cho đến năm 1961, thật quá ngăn ngủi và bất hạnh. Nhưng cũng nhờ vậy tôi có được một phần nào kinh nghiệm cuộc sống, có những cảm nhận được nỗi khổ đau của cuộc đời, nỗi chia lìa và mất mát vì chiến tranh và do vậy mới nhận biết được cái giá trị thật sự của sự tự do, an bình và hạnh phúc nơi quê người.

****

Năm năm đầu nơi xứ người, tôi đã phải trải qua cuộc sống mới đầy khó khăn và thử thách do cái gì cũng mới, cái gì cũng lạ, đặc biệt là văn hóa và giao tiếp ngôn ngữ. Có lẽ do phước duyên tốt, tôi may mắn được gia nhập vào môi trường học đường ngay từ ngày ra khỏi trại tiếp cư Fort Indiantown Gap.

Thay vì giống như đa số những người tị nạn khác, phải bắt đầu bằng những công việc lao động nhọc nhằn, với đồng lương tối thiểu ở Mỹ, mà lúc đó ở tiểu bang tôi sống là một dollar 95 cents một giờ làm việc trong các hãng xưởng sản xuất hay nhà hàng; tôi được nhập học ngay vào khóa học mùa

Xuân năm 1976 với tiền học do chính phủ trợ cấp qua chương trình Pell Grant và làm việc part time dưới hình thức work-study tại trường để trang trải tiền ăn và tiền ở.

Sau khóa học mùa Xuân tại trường đại học đầu tiên tôi theo học: University of Missouri, Rolla tôi chuyển về trường University of Mississippi, Oxford do chi phí ăn ở và học ở đây ít tốn kém hơn và cũng do tôi được đặc cách đóng tiền học phí thấp, giống như sinh viên tiểu bang (không phải non-resident student). Cảm ơn giáo sư và bà Leon, người thầy dễ thương và khả kính của tôi đã hết lòng giúp đỡ tôi.

Được biết, ở Hoa Kỳ, hệ thống giáo dục 12 năm phổ thông được chính phủ đài thọ hoàn toàn. Học sinh không phải trả một đồng nào, lại được ăn trưa miễn phí tại trường. Lên đại học, tùy theo lợi tức của cá nhân hoặc của cha mẹ, sinh viên có thể được chính phủ trợ cấp một phần hay toàn phần và có thể mượn thêm tiền với lãi xuất thấp để theo học bất kỳ ngành chuyên môn nào, ở cấp học nào, kể cả học Tiến sĩ nếu muốn. Đây là một điều tuyệt vời ở xứ này mà ai cũng có thể đi học được, được thừa hưởng những lợi ích xã hội tốt nhất để vươn lên và thành công.

Mặc dầu tôi đã từng học Anh văn một vài năm vào buổi tối tại Hội Việt Mỹ ở Sài Gòn và tự học trong suốt thời gian ở các trại tiếp cư Orote Point và Fort Indiantown Gap nhưng khi đối mặt với thực tế, khi mà ngôn ngữ tiếp xúc hàng ngày ngoài đời thường rất khác biệt so với những gì học được khi ở Việt Nam, nên giai đoạn đầu mới đến rất khó khăn, mà ngôn ngữ là rào cản gây khó khăn lớn nhất cho tôi.

Cả hai trường tôi theo học đều có học trình tín chỉ và mỗi niên học có hai khóa học chính, khóa mùa Thu bắt đầu từ tháng 9 và khóa mùa Xuân bắt đầu vào tháng Giêng của năm sau. Ngoài ra còn có học kỳ mùa hè là thời điểm để sinh viên tranh thủ học thêm một số lớp để tốt nghiệp sớm hoặc học lại một lớp bị điểm F trong học kỳ trước.

Để tốt nghiệp Đại học, sinh viên cần hoàn thành tối thiểu 120 tín chỉ (semester credit unit). Theo thống kê, tính trung bình trên toàn nước Mỹ chỉ có 41 phần trăm sinh viên có thể hoàn thành chương trình học cấp cử nhân trong vòng 4 năm, có những sinh viên phải mất 6 năm mới có thể học xong. Trung bình là 5 năm để học xong bậc cử nhân là rất phổ thông ở Mỹ. Riêng tôi phải mất 5 năm rưỡi mới tốt nghiệp.

Mỗi trường đều có một cuốn sách cẩm nang liệt kê các chương trình học từng năm, từng nghành gồm các môn học bắt buộc và các môn học không bắt buộc, mỗi môn học là 3 hoặc 4 tín chỉ. Sinh viên được quyền chọn lớp, chọn giờ, chọn thầy cô dạy sao cho phù hợp với chương trình học đã định hướng của mình. Không khéo chọn sẽ chỉ uổng phí thời gian và kéo dài thời gian ra trường. Các môn học bắt buộc thường là Anh ngữ, Toán học, Vật Lý và Hóa học.

Việc chọn lựa môn học trong khóa học đầu tiên của tôi tại Mỹ rất là khó khăn do chưa có kinh nghiệm, chưa biết rõ vị trí trường lớp và thầy dạy, nên đã gặp trở ngại khi chuyển lớp học vì lớp học này ở tòa nhà này, lớp học tiếp lại ở một tòa nhà khác. Campus đại học ở Mỹ rất rộng lớn nên có khi chuyển lớp không kịp, nhất là khóa học mùa Xuân bắt đầu vào giữa mùa Đông thường có tuyết đổ, đường đi trong campus trơn trợt.

Qua khóa học kế tiếp tôi đã có kinh nghiệm và hơn nữa ngôi trường mới của tôi theo học không có nhiều tuyết rơi vào mùa Đông và hơn nữa tôi ở nội trú xá ngay trong campus của đại học nên việc di chuyển đổi lớp dễ dàng. Tôi rất hài lòng với cuộc sống nội trú xá nơi đây, yên tĩnh và xung quanh có rất nhiều cây. Phòng tôi ở là kiểu chung cư nhiều tầng, mỗi tầng có nhiều phòng và mỗi phòng được trang bị hai giường và bàn học cho một hoặc hai sinh viên ở chung, nhưng phòng vệ sinh là phòng vệ sinh chung và phòng tiện nghi cũng chung gồm máy giặt, máy sấy, tủ lạnh, bếp vi sóng và bếp gas ở mỗi cuối hành lang. Tôi cũng như hầu hết sinh viên ăn sáng, trưa và chiều tại cafeteria của trường nên ít sử dụng phòng tiện nghi.

Có một điểm khá đặc biệt về việc học ở Hoa Kỳ khác với nhiều quốc gia khác trên thế giới là các trường đại học ở Hoa Kỳ khuyến khích sinh viên tự học hỏi và phát huy sáng tạo. Phương pháp giảng dạy và học tập mang tính thực tiễn cao, huấn luyện cho các sinh viên không chỉ các kiến thức và kinh nghiệm về chuyên môn, mà cả những kiến thức về xã hội, cũng như cách học nhóm, làm việc nhóm, cách tìm kiếm thông tin trong thư viện lẫn trên mạng, và quan trọng hơn cả là khuyến khích sinh viên tự phát triển khả năng suy nghĩ, khả năng tư duy. Trong lớp học giáo sư thường chỉ nói một vài điểm nhấn mạnh trong một hay hai chương trong sách giảng dạy rồi phần còn lại là trả lời câu hỏi. Cho nên sinh viên thường phải học ở nhà trước khi đến lớp. Vì kém Anh văn nên tôi học ở nhà rất kỹ, đọc đi đọc lại nhiều lần rồi tóm lược những ý chính trong mỗi một chapter, nên khi nghe giáo sư giảng tôi không ngỡ ngàng. Lớp học thường bắt đầu lúc 8 giờ sáng và mỗi lớp học có thời lượng là 50 phút. Sinh viên có 10 phút để chuyển lớp.

Khóa học mùa Thu ở trường tôi học thường bắt đầu vào ngày tiếp theo sau ngày lễ Lao Động tức là vào ngày thứ Ba đầu tiên của tháng Chín, kéo dài đến ngày 23 tháng 12 tức trước kỳ nghỉ lễ Giáng Sinh là kết thúc. Ở giữa khóa học là lễ Thanksgiving kéo dài 3 ngày. Sau khi nghỉ lễ Giáng sinh và năm mới là bắt đầu khóa học mùa Xuân và cứ tiếp tục như thế cho đến khi tôi tốt nghiệp sau năm năm học ở trường này. Kết thúc năm học, đa số sinh viên về với gia đình nên campus đại học vắng vẻ. Thành phố Oxford nơi tôi ở vắng vẻ đìu hiôiu suốt ba tháng hè mỗi năm. Đa phần sinh viên ngoại quốc ở lại học hè. Riêng tôi, vào mỗi mùa hè lái xe rong ruổi đi kiếm việc làm ở các thành phố lớn, nhưng phần lớn là ở thành phố Houston, Texas.

Trong những dịp đi làm hè tại Houston, tôi được quen biết thêm những người bạn mới rất dễ thương, họ san sẻ những khó khăn trong cuộc sống, cho tôi tá túc trong những ngày đầu tại thành phố này, mách bảo kỹ thuật tìm kiếm công việc làm. Trong số những người bạn mới này phải kể đến bạn Đoàn Cường, Nguyễn Công Phàn, Nguyễn Bình Xuyên và chị ruột của Xuyên là Nguyễn Thanh Hoài. Tôi rấy yêu quý và có những kỷ niệm khó quên với những người bạn này.

Cần kể thêm ở đây. Đối với sinh viên ngoại quốc, trong đó có tôi, nếu ở nội trú thì có hai lễ lớn là Thanksgiving và Christmas là buồn và khổ nhất vì nội trú xá đóng cửa, cafeteria không mở. Buồn vì nỗi cô đơn xa nhà, khổ là không biết đi đâu tạm trú trong cái giá lạnh tuyết rơi của mùa Đông.

Cũng may, để giúp các sinh viên quốc tế xa nhà nên thường có một tổ chức không vụ lợi do một nhà thờ bảo trợ đón các sinh viên đã ghi danh trước đó về tham dự lễ tết chung với gia đình hay họ đạo nhà thờ. Họ lo hết chỗ ăn chỗ ở và xe đưa đón đi tham quan thắng cảnh địa phương. Trong dịp lễ Giáng sinh vào năm thứ hai, tôi cùng khoảng 40 sinh viên ngoại quốc khác từ nhiều trường đại học khác nhau đã tụ hội về một thành phố miền biển Florida nắng ấm để tham dự một kỳ nghỉ lễ Giáng Sinh và Tết Dương lịch tại campus trường Jacksonville University, Florida. Ban tổ chức tổ chức rất chu đáo, ban ngày họ đưa chúng tôi đi tham quan nhiều nơi nổi tiếng ở bang Florida như Disney Word, NASA, buổi tối về lại campus trường nghỉ đêm. Riêng hai ngày 24 và 25, họ thu xếp để mỗi hoặc hai sinh viên về ở chung với một gia đình Thiên Chúa Giáo trong họ đạo để chúng tôi bớt cô đơn trong nỗi niềm xa nhà. Gia đình này tổ chức ăn uống mừng Giáng sinh, đến tối họ đưa đi dự Thánh lễ nửa đêm. Cũng nhờ vậy tôi được học hỏi thêm về đạo Thiên Chúa và nét văn hóa Giáng Sinh của nước Mỹ. Xin cảm ơn họ đạo Jacksonville, Florida và gia đình ông bà Mike Johnsons.

Vào một dịp lễ khác tôi ghi danh tham dự một trại hè trong một khu nghĩ dưỡng của một hội nhà thờ. Họ tổ chức rất hay và đón tiếp chúng tôi rất nhiệt tình. Họ cung cấp chỗ ngủ, chỗ ăn và tổ chức các sinh hoạt vui chơi, không gò bó, không bắt buộc kể cả việc dự lễ cuối tuần tại một nhà nguyện trong khu nghỉ dưỡng. Tôi rất cảm kích và ngưỡng mộ. Nếu như không là một Phật tử chân thuần tôi đã theo đạo của họ rồi. Bây giờ nhớ lại mới biết tấm lòng của những người có đạo. Vì muốn vinh danh Chúa trên trời nên họ đã hết lòng lo cho người khác và muốn người khác cũng sẽ như họ sau này. Một cách truyền bá phúc âm thật tuyệt vời.

NGÀY ĐOÀN VIÊN

Cũng lại do nghiệp duyên đưa đẩy, đang làm việc hè tại một cơ xưởng chế tạo các máy móc dụng cụ cho kỹ nghệ dầu hỏa ở Houston, Texas tôi nghe lời bạn bè, bỏ job hè, khăn gói chất lên chiếc xe Volkswagen con bọ mầu cam theo bạn bè đi về miền viễn Tây, mãi tận bang California lập nghiệp. Ba anh em, tôi lái một chiếc, Cường và Phàn đi chung chiếc Cougar rong ruổi đường dài. Ngày đi đêm ngủ motel 6 dọc đường, ăn hamburger MacDonald cho đến khi vào gần cửa ngõ thành phố Los Angeles thì lạc mất nhau. Hình như mất hai ngày sau mới gặp lại nhau. Đây là đoạn thời gian thử nghiệm đời sống mới ở Cali của ba anh em chúng tôi. Sau một thời gian ngắn Cường và Phàn trở lại Houston, tôi trở lại trường học học tiếp và khi hoàn tất việc học, cũng là khi được tin nhà tôi và bốn cháu sắp qua đoàn tụ cùng tôi. Ai nói phước bất trùng lai chứ tôi có hai cái phước cùng hội tụ, tôi ra trường, có công ăn việc làm và gia đình đoàn viên. Thế là tôi lập nghiệp luôn tại miền Nam California nắng ấm từ đó.

Sau gần một năm tôi mua một căn nhà ở đường Concord, kế bên hai trường đại học và một trường trung học, California State University Fullerton, Western Law School và trường Troy high school. Bốn con tôi đều tốt nghiệp trường Troy, hai đứa tốt nghiệp trường CSU Fullerton, hai đứa CSU Pomona. Một thời gian sau tôi mua thêm một căn nhà mới xây ở đường Davis Way, thành phố Yorba Linda và cho thuê căn nhà ở Fullerton. Cũng mở ngoặc nói thêm ở đây, về hai căn nhà may mắn này, nơi tôi đã bảo lãnh và đón tiếp gia đình cô em gái tôi ở tạm một thời gian ở căn nhà Yorba Linda và một thời gian sau bảo lãnh và đón tiếp cháu Khương, con trai anh cả tôi rồi sau đó là gia đình anh Lâm tôi đoàn tụ cùng tôi, cũng ở tạm một thời gian ngắn ở căn nhà Fullerton. Căn nhà ở Yorba Linda cũng may mắn được đón tiếp quý Thầy: Thích Duy Lực, Thích Thắng Hoan và Thích Chơn Thành đến giảng pháp trong các buổi học Phật tại gia vào mỗi chiều tối Thứ Sáu cuối tuần. Hồi đó ở quận Cam chỉ có một hai ngôi chùa đang xây dựng.

Rồi thời gian qua mau, tóc ngả mầu, cũng đã đến lúc cần vén gọn hành trang nên tôi bán cả hai căn nhà và về ở với cô con gái đầu của chúng tôi tại thành phố Westminster. Cháu nó muốn chúng tôi khi về già ở gần khu Little Saigon, có cộng đồng Việt Nam vui hơn và đi lại tiện hơn. Từ từ các cháu lớn lên đều có gia thất nhà cửa cả và hành trang của chúng tôi vơi dần đi, chúng tôi quyết định dọn về một căn hộ tại thành phố Costa Mesa gần biển để sống dưỡng già đến cuối đời.

****

Hồi tưởng lại, trong dịp lễ ra trường của tôi nhiều năm trước đây, tôi được vinh dự phát biểu trước các sinh viên tốt nghiệp cùng khoa, tôi đã nói ngắn gọn lời đầu tiên và trên tất cả là lời nói chân thành cám ơn nước Mỹ, cảm ơn nhân dân Mỹ, cám ơn miền đất không phải nơi tôi chào đời nhưng chắc chắn sẽ bao bọc tôi, sẽ cưu mang tôi những tháng ngày còn lại. Tôi nói lên tiếng lòng cảm ơn không chỉ nhân dân Mỹ mà còn cả những bậc tiền nhân và những sự hy sinh của những người đã dày công xây dựng đất nước này.

Tôi nhớ, còn nói thêm tôi xin cảm ơn cả hột bắp, củ khoai và cảm ơn xa lộ cầu cống. Sinh viên và giáo sư nhiệt liệt vỗ tay. Chắc là họ nghĩ tôi nói khôi hài vì tôi cảm ơn cả củ khoai hột bắp, cảm ơn xa lộ mà họ đâu biết rằng tôi ngầm cảm ơn những người trồng khoai hột bắp đã nuôi sống tôi và những người làm nên xa lộ đã cho tôi lướt nhẹ an toàn trong những ngày tháng rong ruổi trên đường, nào là xa lộ xuyên bang trục Đông Tây 10 và 40, đến xa lộ trục Bắc Nam 5 và 55.

Đến hôm nay, sau đúng nửa thế kỷ sống trên đất Mỹ, nhìn lại và nhớ lại những lời xưa tôi nói quả là những lời nói có cánh lúc ấy, những lời nói ngọt ngào của người mới nhập cư chỉ vỏn vẹn có hơn năm năm trời chưa hiểu gì nhiều về nước Mỹ.

Nay, nhân dịp viết hồi ức này tôi xin bổ túc thêm là tôi vẫn nhớ ơn nước Mỹ, một đất nước đã cưu mang tôi và toàn thể gia đình tôi. Có thể đất nước này không phải là thiên đường nhưng có điều chắc chắn, theo tôi nghĩ, không phải là địa ngục.

Đúng nửa thế kỷ sống trên mảnh đất này, có nhiều điều tôi yêu thích lắm nhưng cũng có những điều tôi không hài lòng. Cho đến nay, quốc gia này vẫn còn đầy rẫy những bất công xã hội, vẫn còn khoảng chênh lệch quá độ giữa kẻ giàu và người nghèo, vẫn còn những người giầu và siêu giầu gần như không đóng thuế hoặc đóng thuế ít hơn những người trung lưu như chúng tôi. Đất nước không chiến tranh nhưng vẫn không có nơi nào an toàn, kể cả nơi được cho là an toàn nhất thế giới là tòa Bạch ốc - nơi ăn ở và làm việc của tổng thống, Capitol Hill – tòa nhà quốc hội liên bang, được mệnh danh là thánh đường dân chủ của thế giới và nhà thờ quốc gia Washington. Vẫn luôn có những nỗi bất an lo sợ của súng đạn xảy ra hàng ngày. Vẫn có tình trạng phân biệt chủng tộc mầu da. Những điều không hài lòng vẫn còn nhiều, nhưng để thù ghét, để rời bỏ đất nước về lại cố hương hay đi nơi khác, chắc chắn sẽ không bao giờ xảy ra đối với tôi, với gia đình tôi. Nước Mỹ vẫn là nơi lựa chọn tốt nhất để học hành, để thăng tiến tương lai. Nhờ nước Mỹ, những con cái, anh em và các cháu của tôi từ Việt Nam qua đã thực hiện được **ước mơ du học Mỹ**, thẳng tiến học hành, tốt nghiệp tiến sĩ, dược sĩ, kỹ sư, lập trình IT điện toán, góp phần thịnh vượng cho quốc gia này. Trong sự góp phần khiêm nhường này, phải kể đến ba cháu gái con anh Lâm: **cháu Phượng**, **cháu Lan**, **cháu Châu**, anh kế tôi đều tốt nghiệp **tiến sĩ Dược**, **cháu Trí**, con trai cô Xoa, em gái kế tôi cũng tốt nghiệp **tiến sĩ Dược** và còn lại các con tôi và các cháu ngoại tôi đều tốt nghiệp từ các **trường đại học lớn** ngành IT lập trình điện toán (Programmer) và phân tích hệ thống (System Analysis).

Và trên hết nữa, con xin trân trọng cảm tạ Trời Phật, cám ơn cha mẹ tôi đã sinh ra tôi, cho tôi hình hài này và nuôi tôi khôn lớn, cảm ơn chú thím Ức tôi đã gồng gánh chúng tôi vượt thoát cộng sản đến bến bờ tự do.

Và cũng xin cám ơn đấng sinh thành ra nhà tôi do đã tin tưởng trao gửi cho tôi cô con gái yêu quý của ông bà. Nhất là nhạc mẫu tôi đã hết lòng săn sóc bốn đứa con tôi, các cháu ngoại của bà và nhà tôi khi nhà tôi phải đi dạy học hàng ngày và tôi biền biệt mãi phương xa.

Cũng không quên cảm ơn em hết lòng đã lo cho các con khi tôi vắng nhà, đã đợi tôi và ở bên cạnh tôi đến cuối cuộc đời. Lúc nào cũng vậy, đoạn đầu, đoạn giữa đến đoạn cuối hành trình vẫn như nhau.

Cuối cùng tôi xin được chấm dứt bài viết về đời sống mới của tôi này bằng lời của nhạc sĩ Trịnh Công Sơn. *"Dù đến rồi đi tôi cũng xin tạ ơn người, tạ ơn đời, tạ ơn ai đã cho tôi tình sáng ngời như sao xuống từ trời".*

CHƯƠNG 6
TÌNH THỜI CHINH CHIẾN

1

Không biết có phải do được học tập và làm việc trong môi trường lập trình điện toán nên tôi cứ nghĩ rằng mọi việc xảy ra trên thế gian này đều được an bài qua việc lập trình sẵn bởi một đấng siêu nhiên nào đó, người nào đó hay ai đó. Có người cho rằng sự lập trình sẵn này là định mệnh, là do ông trời sắp đặt hay do thượng đế an bài. Tuy nhiên, sau khi được tiếp cận với giáo lý nhà Phật, tôi cho rằng không ai lập trình sẵn cho cuộc đời mình, tất cả đều do nhân duyên. Từ vũ trụ bao la, sơn hà đại địa cho đến cát bụi nguyên tử; từ các hiện tượng tự nhiên cho đến những hiện tượng xã hội…, tất cả đều do nhân duyên mà sinh khởi và đoạn diệt. Chuyện tình của tôi với người con gái Huế cũng vậy, cũng do nhân duyên sinh khởi, khi sự việc đủ duyên thì phát sanh.

Hồi đó, tôi đang làm việc ở Sài Gòn, trên lầu bảy một cao ốc có gắn máy điều hòa không khí, tọa lạc ở số 7 đường Hồng Thập Tự, tự nhiên muốn đi xa Sài Gòn, nên tình nguyện đổi ra Quy Nhơn làm việc - một tỉnh miền duyên hải Trung Phần. Nàng là nữ sinh Đồng Khánh, đang học năm thứ hai Viện Hán Học Huế, cũng tự nhiên cùng người bạn thân là Minh Quyết rủ nhau vào Quy Nhơn theo học nghề làm cô giáo tại trường Sư Phạm Quy Nhơn. Thế là chúng tôi có duyên gặp gỡ nhau. Từ hai phương trời xa, kẻ ở Sài Gòn người ở Huế, không hẹn mà gặp nhau tại một thành phố ven biển miền Trung thơ mộng. Nàng cũng là một nữ Phật tử thuần thành,

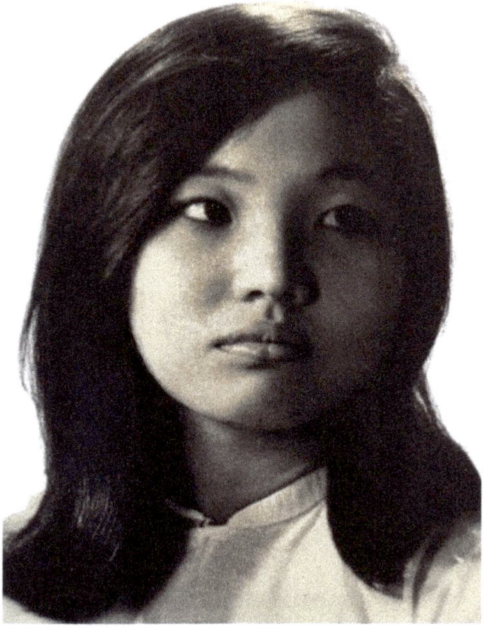

xuất xứ từ gia đình Phật tử Oanh Vũ Từ Đàm và tôi cũng từng là sinh viên Phật tử đấu tranh thời kỳ Pháp nạn năm 1963 ở Sài gòn. Chúng tôi có cùng một nền tảng tâm linh, chung một tôn giáo, có tính thương người yêu vật, thích ăn chay và nhiều sở thích văn học, yêu thơ, yêu nhạc, yêu nét đẹp thiên nhiên.

Ở Quy Nhơn những ngày cuối tuần nàng nghỉ học, tôi đưa nàng đi thăm viếng các di tích lịch sử Chămpa như Tháp Đôi, ngay cửa ngõ vào thành phố và tháp Cánh Tiên trong quần thể di tích kinh đô Đồ Bàn xưa; thăm chùa Long Khánh ngay trong phố thị, chùa Nguyên Thiều ở Tuy Phước, chùa Thập Tháp Di Đà ở An Nhơn. Đi Cù Lao Xanh ở ngoài khơi xa đất liền và Ghềnh Ráng ở gần cũng như mộ Hàn Mặc Tử bên hàng phi lao gió mát ở Quy Hòa.

Những cuộc hẹn hò ngắm biển khi hoàng hôn buông xuống, những đêm rằm ngắm ánh trăng rơi lung linh trên sóng nước, những mùa trăng, những ngày trời nắng và những chiều mưa chập chùng. Chúng tôi đã quen nhau, đã đến với nhau và tình yêu đã len lỏi vào tâm hồn chúng tôi từ lúc nào không hay. Bạn bè xung quanh ca ngợi mối tình của chúng tôi là mối tình thánh hóa, yêu nhau bằng tâm hồn thanh cao, bằng ánh mắt và sự đồng cảm xẻ chia.

Thế rồi những bảy ngày đợi mong, những mùa trăng ven biển, những cơn mưa chiều kỷ niệm qua đi, rồi mùa Hạ về, nàng trở về Huế với gia đình. Thành phố Quy Nhơn trở nên vắng lặng. Con đường Gia Long dài hun hút xuyên qua phố thị vắng bóng nàng và những tà áo dài trắng thướt tha của những người con gái Sư phạm và nữ sinh Cường Để vào những ngày cuối tuần. Và rồi những cơn mưa chiều miền Trung cũng thưa dần...

Vào giữa hè năm ấy tôi bay ra Huế thăm nàng, thế là tay lại trong tay trên hè phố Nam Giao, trên cầu Trường Tiền, phố chợ Đông Ba. Nàng và Minh Quyết đưa tôi đi ăn các món ăn ngon xứ Huế, nào là bún bò Mụ Rớt, bánh bèo Thiên Mụ, cơm âm phủ Thượng Tứ rồi đi thăm các ngôi chùa cổ xưa, thăm lăng tẩm và hoàng thành. Đến thăm chùa Từ Đàm, được nàng giới thiệu cây bồ đề rợp bóng mát trước sân chùa, cây lộc vừng hoa đỏ phía sau chùa, đến từng góc cây, bờ đá, nơi sinh hoạt Gia đình Phật tử năm xưa của nàng; thăm trường Đồng Khánh, nơi ấp ủ những giấc mơ làm cô giáo đứng trên bục giảng; thăm chùa Thiên Mụ bên dòng Hương giang thơ mộng, nơi mà hai năm sau đó chúng tôi tổ chức đám cưới dưới sự chủ lễ của Hòa thượng Thích Đôn Hậu.

2

Cuộc chiến tranh Việt Nam càng ngày càng trở nên khốc liệt, khói lửa lan tràn khắp nơi, từ nông thôn về thành thị. Tôi bị động viên, phải nhập ngũ khóa 25 Sĩ quan Trừ Bị Thủ Đức rồi sau ba tháng huấn nhục và học quân sự, tôi được tuyển chọn học thêm sáu tháng chuyên ngành cầu đường đất cát tại trường Công Binh Bình Dương. Thế là chúng tôi phải xa nhau với những tháng ngày dài nhung nhớ. Tôi còn nhớ có một lần nhớ nàng quá, trong lúc được hưởng phép đặc biệt 3 ngày cuối tuần vì có một bài thơ do tôi ngẫu hứng sáng tác được tuyển chọn đăng trong *tập san Chiến Sĩ* của quân đội, nên tôi bay ra Quy Nhơn thăm nàng. Chỉ với một thoáng ba ngày nhưng là thiên thu bất tận. Và một thời gian sau đó nàng bay vào Sài Gòn lên tận quân trường Thủ Đức trên đồi Tăng Nhân

Phú thăm tôi. Thật đẹp và sung sướng làm sao. Mối tình xa trong thời chinh chiến tưởng như xa nhưng lại gần, vô cùng diễm tuyệt và nên thơ.

Thời gian qua mau, nàng tốt nghiệp sư phạm, được bổ dụng dạy học tại thị xã Tam Kỳ tỉnh Quảng Tín. Tôi ra trường Công binh Bình Dương với điểm tổng kết thi tốt nghiệp cao, nằm trong danh sách 10 người đầu, nên được ưu tiên tự chọn nhiệm sở ngay tại Sài Gòn, nằm trong khuôn viên cục Công Binh ở quận 10, trước các bạn cùng khóa. Tôi dành hai tuần phép sau khi ra trường làm đám cưới với nàng, tổ chức tại Huế và Sài gòn cùng một tuần trăng mật tại Đà Lạt. Tưởng cũng nên mở ngoặc nơi đây là quá trình thiết kế và tổ chức đám cưới của chúng tôi đều được anh Lâm kế tôi ở Sài Gòn phối hợp cùng với chị Loan, chị kế của nàng ở Huế thay mặt hai họ đứng ra tổ chức. Xin cảm ơn anh Lâm và chị Loan dù nay chị đã quá vãng.

Sau một năm dạy học, nàng được đổi vào Sài Gòn đoàn tụ cùng tôi và cuộc sống lứa đôi bắt đầu, thật hạnh phúc đầm ấm biết bao trong khi cuộc chiến vẫn tiếp diễn khốc liệt trên quê hương. Mối tình trong thời chinh chiến đã thăng hoa. Đứa con đầu lòng đã ra đời. Xin cảm ơn những duyên lành nghiệp tốt của chúng tôi đã cho chúng tôi gặp nhau, đã tìm được những chân tình trong khói lửa chiến tranh. Nàng vẫn đi dạy học và tôi vẫn đưa đón nàng đến trường mỗi ngày.

Những tưởng hạnh phúc đầm ấm bên nhau sẽ trường tồn bất diệt, sẽ không bao giờ đứt đoạn chia lìa và đất nước sẽ không còn chiến tranh, người dân sẽ sống trong thanh bình, nhà nhà hạnh phúc. Thế mà, vào buổi sớm mai ngày 29 tháng 4 năm 1975, không biết vì quá sợ hãi cộng sản đang tiến vào Sài Gòn hay do gió nghiệp đưa đẩy, tôi đã lặng lẽ theo bạn ra đi biền biệt không một lời từ giã, một nụ hôn tiễn biệt trong không khí hỗn loạn của thành phố sắp đổi chủ. Nàng ở lại một mình cô đơn nuôi con mà đứa con út chưa tròn một tuổi.

Nàng lại còn mẹ già và đứa em út. Biết làm sao để sống những tháng ngày còn lại! Tôi cứ mãi vấn vương đến day dứt tự hỏi trong suốt bước đường lưu lạc của tôi.

Sau này, theo nàng kể những tháng ngày sau đó là quãng thời gian dài đằng đẵng ôm con ngóng tin chồng, sống cuộc đời phòng không chiếc bóng khi tóc hãy còn xanh. Ngay cả khi nghe tin con tầu Việt Nam Thương Tín mang theo người lỡ bước ra đi trở về, nàng cũng bồi hồi theo dõi ngóng trông nhưng trong lòng lại nghĩ ngược lại mong đừng có anh trên đó. Nàng kể lại trong tập hồi ký người ở lại:

"*Những ngày vắng anh, em thẫn thờ như người không hồn đạp xe đạp đi khắp thành phố như tìm kiếm anh, như tìm kiếm những dấu chân kỷ niệm. Mất anh rồi, xa anh rồi, em phải sống làm sao đây. Lòng em rối bời buồn bã nhưng lại tự nhủ phải can đảm đứng lên, phải đi tới, không được gục ngã. Em cũng thầm nghĩ như để tự an ủi, anh ra đi là phải. Nếu anh ở lại cũng chắc gì em được ở bên anh vì trại tù cải tạo luôn rập rình chờ đón anh về.*"

"*Cũng còn may, ông trời vẫn công bằng không để em mất hết tất cả. Em vẫn được tiếp tục đi dạy học lại và được vào biên chế nhà nước ngay những năm tháng đầu, do được bà hiệu trưởng người miền Bắc vào tiếp quản ưu ái, đồng nghiệp giúp đỡ và nhất là còn có mẹ già ở nhà trông nom các cháu. Cả nhà dù có cực nhọc, dù có ăn cơm độn khoai, nhà dột hay nóng hầm vào những ngày nắng nóng nhưng vẫn không đến nỗi đói khổ, nhất là không bị cưỡng bách đi vùng kinh tế mới, và đặc biệt là vẫn còn hy vọng gặp lại anh mai sau này.*"

Nàng sống một mình mòn mỏi trông chồng nuôi con với sự an ủi, trợ giúp của mẹ già và đứa em trai. Ở bên này bờ đại dương, tôi nhớ về nàng và xem nàng như biểu tượng "*Vọng Phu*" một biểu tượng đẹp của nền văn hóa, về sự thủy chung của người phụ nữ Việt Nam chờ chồng nuôi con. Cảm ơn em đã chờ anh, đã bên anh qua bao thăng trầm của đất nước chiến tranh và tiếp tục sống tiếp trọn đời với anh. Cũng xin cám ơn đấng sinh thành ra nàng, do đã tin tưởng trao gửi cho cô con gái yêu quý của ông bà, đã hết lòng săn sóc các cháu ngoại khi nàng phải đi dạy học hàng ngày và tôi biền biệt nơi xa.

3

Thời gian lặng lẽ qua đi. Chỉ hơn một tháng sau ngày tôi ra đi, nàng nhận được tin tôi ở Mỹ bình an qua Vân - em Nhã ở Sarcelles, ngoại ô thành phố Paris và những tháng ngày sau đó là những **lá tình thư** được viết tiếp và gửi đi từ Việt Nam qua Pháp rồi từ Pháp gửi qua Mỹ như những dòng nhật ký của nàng kể về quãng thời gian xa cách:

Ngày 29 tháng 4 năm 1975

Sáng nay, anh đi rồi, trời Sài Gòn không nắng lắm, khu cư xá Thanh Đa vẫn im lìm như đón chờ những cơn mưa mùa Hạ. Em thẫn thờ ôm thằng con út vào lòng vào trong nhà mà không biết phải làm gì. Cả bầu trời trong em như xụp đổ. Thôi hết rồi anh ơi! Anh đi rồi làm sao em sống đây! Các con bơ vơ, em bơ vơ! Còn đâu bờ vai anh che chở, còn đâu những giây phút mặn nồng, những đưa đón cổng trường, còn đâu những ngày trời nắng, những ngày trời mưa bên nhau. Không lẽ duyên phận chúng ta đã không còn.

Buổi sáng qua đi, buổi chiều đến chầm chậm. Em nghe nhiều tiếng nổ lớn, như đạn súng cối, từ phía cầu Tân Cảng và từ phía Dinh Độc Lập, tiếp theo là những tiếng súng đủ loại. Chắc là các cánh quân cộng sản đang đụng độ với quân đội VNCH. Họ đang tiến vào Sài Gòn.

Anh biết không, từ lúc anh ra đi, suốt ngày em dán mắt vào chiếc tivi và dán tai vào chiếc radio để theo dõi tình hình cũng như để nghe ngóng tin anh. Càng về chiều tối càng nghe nhiều tiếng súng và trên trời máy bay trực thăng bay vần vũ đưa người di tản ra ngoài khơi, không biết anh và anh Tiêng có trên đó không. Hy vọng là hai anh đã bay xa, nhưng trong lòng em lại có hy vọng rằng biết đâu ngày mai anh sẽ trở về bên em.

Suốt đêm 29 em không thể nào ngủ được, cứ nghĩ về anh rồi tự hỏi không biết anh và anh Tiêng đang ở đâu. Đêm nay là đêm cuối cùng của cuộc chiến tranh Việt Nam, em nghĩ thế và những người ở lại như em sẽ không thể nào quên nổi cái đêm hôm ấy là đêm gì, đêm bơ vơ không ngủ, đêm bồn chồn, đêm sợ hãi lo lắng, một cái đêm mà thời gian như dài vô tận.

Đêm đó Sài Gòn chìm trong bóng đêm, toàn thành phố đều bị cúp điện, đài phát thanh và truyền hình tắt hình tắt tiếng. Đúng rồi, trưởng sở điều hành nhà máy nhiệt điện Thủ Đức là anh Hóa, phải rồi là anh Nguyễn Văn Hóa mà anh thỉnh thoảng có nhắc đến và người phụ tá là anh cùng với anh Bùi Thọ Tiêng trưởng ca nhà máy đã bỏ đi rồi. Chắc là cộng quân đã dễ dàng chiếm được toàn bộ cơ sở phát điện và chiếm quyền điều hành.

Đêm Sài gòn mờ trong ánh lửa bập bùng từ phía kho xăng nhà bè, từ phía phi trường và phía tòa đại sứ. Nhưng trên trời cao, trong cái khoảnh không gian bao quanh Sài Gòn, lúc đó lại được soi sáng mờ mờ ảo ảo bằng đủ các loại đèn của máy bay trực thăng và ánh hỏa châu thỉnh thoảng lóe lên, cho tới rạng sáng ngày 30-4-1975 mới dứt.

***Ngày 30 tháng 4 năm 1975**:*

Anh ơi! cả đêm qua em không ngủ được vì nhớ anh, vì nghe tiếng súng nổ, tiếng bom rơi ở phía phi trường. Các con đều ngủ chung một giường với nhau. Nhìn chúng ngủ một cách vô tư mà lòng em buồn vời vợi. Chúng không biết cha chúng đã ra đi biền biệt không trở lại.

Trời về khuya, bên ngoài kia, không xa cư xá Thanh Đa, em nghe tiếng vọng về của từng đoàn xe tăng Bắc quân chạy rầm rập đến rợn người tiến vào thành phố hòa lẫn với tiếng súng bắn lẻ tẻ ở phía cầu xa lộ Biên Hòa, phía ngã tư Hàng Sanh. Em cố dỗ giấc ngủ nhưng không thể nào nhắm mắt được, đêm nay là đêm cuối cùng của thành phố. Trong giờ phút này, hình như tình cảm gia đình là tình cảm thiêng liêng nhất trong trái tim của em. Em nghĩ đến anh rồi nghĩ đến má và thằng em trai út của em đang sống trong căn nhà của chúng mình trong khu cư xá Nguyễn Trung Trực. Em nghĩ đến chị Loan, em Thu cùng anh Kiêu đang cùng đồng bào Huế tháo chạy khỏi cố đô thân yêu của em bằng đường bộ đến Đà Nẵng rồi Nha Trang, theo dòng người tản cư di chuyển về Sài Gòn. Không biết bây giờ chị Loan và anh Kiêu đang ở đâu? Sống chết ra sao? Đói no thế nào? Em nghĩ là vài ngày nữa em sẽ trở về nhà chính của mình, nơi có má và cậu em trai đang ngóng chờ mong.

Anh ơi! Điện đã có trở lại vào buổi sáng, bất ngờ trên đài phát thanh Sài Gòn nổi lên bản nhạc Exodus quen thuộc rồi sau đó lại im lặng, rồi lại có tiếng xướng ngôn viên nghe xa lạ, đọc nhật lệnh của chuẩn tướng Nguyễn Hữu Hạnh, quyền Tổng Tham mưu trưởng Quân lực Việt Nam Cộng hòa, yêu cầu các đơn vị quân đội giữ nguyên vị trí chờ lệnh mới. Đến khoảng trưa thì chương trình ca nhạc của Đài Phát thanh Sài Gòn gần như im bặt trong khoảng thời gian ngắn. Rồi bất thình lình nổi lên bài ca "Nối vòng tay lớn" của nhạc sĩ Trịnh Công Sơn cùng với giọng xướng ngôn viên giọng người miền Bắc loan báo Sài Gòn đã được hoàn toàn "giải phóng". Mãi cho đến gần 13 giờ thì có lệnh của Tổng thống Việt Nam Cộng hòa Dương Văn Minh tuyên bố đầu hàng vô điều kiện

Quân Giải phóng miền Nam Việt Nam. Tướng Dương Văn Minh đã cứu Sài Gòn thoát khỏi cuộc tắm máu.

Anh ơi! Sài gòn đã chính thức thất thủ, bây giờ anh đang ở đâu, đang bay trên trời hay bồng bềnh trên biển. Thế là anh, anh Tiêng và các đồng đội của anh đã bỏ chạy, các anh đã tự đầu hàng trước khi quân địch đến. Các anh đã không giữ nhà, giữ nước, đã bỏ súng, bỏ đạn, đã bỏ vợ, bỏ con. Các anh không phải là những kẻ sĩ mà là những kẻ hèn. Các anh đã chọn lựa ra đi mà mãi về sau này em mới hiểu ra rằng sự lựa chọn của anh và anh Tiêng là đúng. Các anh ở lại để chiến đấu, mà chiến đấu làm sao được khi cả nước đã tan hàng, khi các tướng tá và các cấp lãnh đạo đã bỏ chạy, đã bỏ của chạy lấy người và nhất là khi đồng minh Hoa Kỳ của mình đã tháo chạy!

Ngày 5 tháng 5 năm 1975

Anh ơi! Thành phố đã chính thức đổi tên, đổi chủ, tên Sài Gòn thân thương đã không còn nữa và đêm đêm Sài Gòn không còn nghe tiếng súng. Qua đài phát thanh, hôm nay Ủy ban Quân quản thành phố Sài Gòn đã ban hành "Mệnh lệnh số 1" về việc ra trình diện, đăng ký và nộp vũ khí của sĩ quan, binh lính, cảnh sát, và nhân viên "ngụy quyền". Nhân viên công chức làm việc tại nhiệm sở nào trình diện và đăng ký tại nhiệm sở nấy. Ai ai cũng lo sợ. Em không hiểu chữ đăng ký là gì, có lẽ là chữ miền Bắc.

Hôm nay em phải về trường trình diện để ban giám hiệu mới kiểm điểm ai còn ai mất, ai đi ai ở. Gặp lại các đồng nghiệp, tuy tay bắt mặt mừng nhưng hình như trong lòng vẫn có một chút e dè vì đất nước sau khi đổi chủ, không biết bạn mình là phe ta hay phe địch. Minh Quyết có chồng là Ngô Văn Phương cũng làm ở Điện Lực, người bạn thân nhất của em từ thưở học ở Đồng Khánh và cũng là đồng nghiệp của em đã nói với em, rằng trên sở làm của anh nói anh đã đi Mỹ cùng với cô Phụng thư ký của anh. Em không nói gì vì biết rõ như ban ngày anh đã đi cùng với anh Tiêng ngay trước mặt em vào buổi sớm mai ngày 29 tháng 4.

Ngày 15 tháng 5 năm 1975

Sáng hôm nay chính quyền mới, Ủy ban Quân quản thành phố đã tổ chức mít tinh trước thềm dinh Độc lập, kéo dài ra đại lộ Thống Nhất, em thấy người ta rộn ràng ăn mừng chiến thắng với đầy đủ thành phần bộ đội, quân cán chính từ miền Bắc vào và từ trong rừng ra, có cả xe tăng thiết giáp và có cả sư áo vàng lẫn cha áo đen, có cả kiều nữ Kim Cương. Riêng em, lòng buồn vời vợi nhưng vẫn phải cố gắng đứng dậy. Đài phát thanh tường thuật có hơn 50 vạn đồng bào Thành phố Sài Gòn - Gia Định đến tham gia và dự lễ mít tinh diễn binh, diễn hành tại quảng trường trước Dinh Độc Lập

Hôm nay, em đã đưa các con trở về căn nhà cũ của mình ở cùng với má và em trai.

Ngày 23 tháng 5 năm 1975

*Anh ơi! báo một tin buồn, vô cùng buồn với anh là một trong những công việc đầu tiên của chính sách văn hóa giáo dục của chính quyền mới là **tiêu hủy tất cả các ấn phẩm, sách vở báo chí của chính quyền cũ,** kể cả các bản dịch tác phẩm của học giả Lê Quí Đôn, thơ Cao Bá Quát, Nguyễn Du; tự điển Pháp, Hoa, Anh cũng bị đốt. Họ ra lệnh toàn dân miền Nam phải thu nộp tất cả các sách vở, báo chí, phim ảnh, tài liệu in ấn trước ngày 30 tháng 4 năm 1975. Họ đã rập khuôn theo Tần Thủy Hoàng, theo Mao Trạch Đông trong chính sách ngu dân là đốt sách, đốt sạch sành sanh mọi thứ ấn phẩm văn hóa giáo dục miền Nam mình! Thật buồn và thương cho dân tộc Việt Nam!*

Văn hoá và lịch sử của một quốc gia là sách. Trước đây giặc Tầu phương Bắc cũng nhiều lần cướp nước ta, chúng cũng tiêu hủy sách để tẩy trắng lịch sử, đồng hoá nhân dân ta. Thì nay chính quyền mới lại làm chính điều đó với những người dân trong nước.

Để khai triển chính sách đốt sách, sáng hôm nay tại trụ sở Tổng hội Sinh viên Sài Gòn cũ số 4 đường Duy Tân mà bây giờ là trụ sở của cái gọi là "Lực lượng Thanh niên Vệ binh thành phố" mà đa số là thanh thiếu niên đã tổ chức cuộc biểu tình hưởng ứng chiến dịch. Sau cuộc tập hợp la hét, họ tuần hành trên đường phố Tự Do, đi tịch thu sách báo mà ba phố chính là Tự Do, Nguyễn Huệ và Lê Lợi. Chúng càn quét tất các nhà sách nằm trên các con đường đó trước, mà nhà sách đầu tiên là Xuân Thu trong khu thương mại Eden rồi đến Khai Trí đường Lê Lợi. Sau đó chúng chia nhau thành từng nhóm, xông vào những nhà mà chúng có trong danh sách nghi ngờ, lục lạo rồi tịch thu. Chúng lục soát tận tình, chúng đánh trống, chúng hát hò như một cuộc ra quân của một đoàn quân chiến thắng. Gia đình nào cũng sợ hãi cái quang cảnh đó. Chính quyền mới đang tạo ra một bầu không khí sợ hãi cho toàn dân.

Anh ơi! Thực sự chính quyền mới đang tạo ra một thứ văn hóa mới trong lòng dân, một thứ văn hóa nhuốm đầy sợ hãi, sợ bóng, sợ gió. Bây giờ hễ làm việc gì, nói điều gì, hay phát biểu điều gì cũng phải nhìn trước, dòm sau, uốn lưỡi nhiều lần mới dám nói. Trước đây khi còn trẻ, người ta sợ bóng đêm, sợ bóng ma, sợ người chết, nay người ta bắt đầu sợ người sống, sợ mấy cậu thiếu niên tay đeo băng đỏ cầm súng AK, sợ cả mấy đứa con nít nghịch ngợm ngoài đường. Trong lớp học em dạy có nhiều đứa ngỗ nghịch, đôi khi em cũng phải làm ngơ vì cha mẹ chúng là cán bộ miền Bắc vào miền Nam mà chúng gọi là "làm công tác tiếp quản".

Những ngày tiếp theo, nhóm thanh niên vệ binh tay đeo băng đỏ tiếp tục đạp xe ba gác với loa phóng thanh cầm tay, mang súng AK đi từng ngõ, từng nhà, thu gom sách vở tài liệu của mỗi nhà. Nhà em cũng không ngoại lệ, bao sách quý, tiểu thuyết hay, bao tạp chí Văn, Bách Khoa, Tư Tưởng và sách học làm người, em giao cho họ hết, riêng chồng thư anh viết gửi cho em và hình ảnh của em và của anh trong suốt cuộc chiến em đã nâng niu cất giữ, nay em đã tự tay châm lửa đốt ở ngoài sân, bên gốc cây táo Thái anh trồng, ngay trước mắt họ. Nhìn **những lá thư tình** *mầu pelure xanh của anh và của em được đóng thành một tập sách đi vào lửa y như hóa vàng mà lòng em xót xa nhớ thương, không nhẽ họ bắt đốt cả tình yêu của chúng mình sao! Không bao giờ anh ơi. Đốt những lá tình thư, nhưng không thể nào đốt được tình em với anh, không thể nào đốt như là lễ hóa vàng tiễn đưa anh về bên kia thế giới được, anh vẫn còn sống, anh vẫn bất diệt trong lòng em dù các lá tình thư đã hóa vàng, đã bay theo gió.*

....

Ngày 12 tháng 6 năm 1975

Anh ơi! Đài phát thanh Sài Gòn loan báo tất cả những nhân viên, sĩ quan "ngụy quân ngụy quyền" trong chế độ cũ phải trình diện **đăng ký đi học tập** *vào ngày mai và chỉ được mang theo ít quần áo mặc thay đổi và phải mang theo ít tiền để trả tiền ăn trong một tháng. Em thuộc diện giáo chức được chỉ định phải tham dự các khóa học tập ngắn ngày tại trường Trinh Nữ Vương, kế bên nhà thờ Tân Định trong thời gian liên tiếp ba tuần lễ học tập về chủ nghĩa Mác Lênin. Hình như toàn miền Nam phải đi học tập. Em nghĩ nếu anh ở lại chắc chắn anh cũng phải đi học tập, rồi đi tù cải tạo vì anh là sĩ quan biệt phái. Họ cho rằng, qua lời cậu Quảng, em của Ba em ngoài Bắc vào thăm mạ, là "các sĩ quan trong quân đội mà biệt phái công tác tại các cơ quan dân sự đều có nhiệm vụ đặc biệt, là CIA hết."*

Ba tháng sau:
Ngày 22 tháng 9 năm 1975

Anh ơi, hôm nay là lần ***đổi tiền đầu tiên sau năm 1975****. Mặc dù đã có nhiều tin đồn trong dân chúng từ những ngày trước, nhưng lời tuyên bố đổi tiền vào khuya hôm nay bất ngờ giống như một tia sét đánh xuống từ bầu trời mà trước sau gì thì cũng là xám đen. Thông báo đổi tiền được loan báo qua hệ thống truyền thanh và truyền hình cùng loa phường gắn tại các cột điện, nhưng em nghe mãi mà cũng không hiểu được gì. Từ đêm hôm trước thông tin lặp đi lặp lại mấy lần cũng không mấy rõ ràng nhưng đại ý: tất cả dân chúng phải về nhà trước 23 giờ tối ngày 21-9, ai về nhà nấy để đợi thông báo quan trọng.*

Cái mà gọi là thông tin quan trọng ấy tới mãi hai giờ sáng ngày 22-9, đài phát thanh và truyền hình mới chính thức loan báo về quyết định đổi tiền và kéo dài thời gian giới nghiêm đến 11 giờ trưa 22-9 tức giờ bắt đầu đổi tiền. Thời gian đổi tiền bắt đầu từ 11 giờ trưa tới 11 giờ đêm cùng ngày 22-9; tức việc đổi tiền chỉ thực hiện trong vòng 12 tiếng.

Giá đổi tiền là ***1 đồng tiền mới bằng 500 đồng cũ*** *tức tiền VNCH. Các gia đình được đổi ngay số tiền thực có của mình, tối đa là 100.000 đồng tiền cũ. Số tiền còn lại được quy đổi thành tiền mới, ghi vào sổ tiết kiệm tại Ngân hàng Quốc gia Việt Nam, được tính lãi và người gửi có quyền rút lần ra để chi tiêu. Thông báo cũng cho biết không được phân tán tiền hoặc đổi cho người khác, nếu làm sai coi như phạm pháp và bị nghiêm trị theo luật pháp.*

Nhiều nhà giầu không tin tưởng là nhà nước sẽ giữ lại số tiền dư nên đã nhờ người khác đổi tiền cho họ phân nửa hoặc có người phát tiền cũ cho bà con nghèo xung quanh mình đổi. Mỗi nhà lúc ấy sau khi đổi tiền, đều có cao nhất là 200 đồng tiền mới, bằng một lượng vàng, không còn ai giàu ai nghèo. Tất cả như nhau. Người giầu sang cũng như kẻ nghèo khó đều như nhau.

Những ngày tháng kế tiếp.

Anh ơi, các trường đại học cũng mở cửa lại. Tất cả hiệu trưởng trường học từ cấp tiểu học đến đại học đều là người từ ngoài Bắc vào nắm giữ. Bà hiệu trưởng trường em chỉ mới học xong lớp 9+2, không hiểu sao bà lại có duyên với em, tốt bụng với em, đề bạt em vào biên chế ngay và lại cử em đi học khóa chính trị đặc biệt: triết học marxist rồi cử em đi dạy mẫu.

Một thời gian sau em được sở giáo dục thành phố ra quyết định bổ nhiệm em ***dạy môn Văn cấp 2*** *tại trường trung học cơ sở Phan Đình Phùng, đường Phan Đình Phùng. Các đồng nghiệp của em ngỡ ngàng và bắt đầu giữ khoảng cách với em vì muốn được bổ nhiệm dạy môn Văn và Sử phải là người của đảng, phải là "Hồng hơn Chuyên". Chắc họ nghĩ em là cán bộ nằm vùng. xuất thân từ vùng Bình Trị Thiên (em nói giọng Huế). Mặc kệ, em cũng vui vì một tuần chỉ lên lớp 15 tiếng cộng thêm 3 tiếng chủ nhiệm nên em có nhiều thì giờ lo cho các con và mẹ già.*
Em cũng kể thêm anh nghe, rất nhiều đồng nghiệp của em hết ngỡ ngàng này lại ngạc nhiên khác khi thấy em thuyết giảng về chủ thuyết mácxít-lêninít trong lớp học kiểu mẫu, em thuyết trôi chảy như mới vừa tốt nghiệp trường đảng. Em như người đóng kịch giỏi, từ lời nói đến cử chỉ đều như lạc quan, đều như tích cực. Đứng trên bục giảng, tay trái cầm phấn

hồng, tay phải cầm phấn trắng nói thao thao bất tuyệt trước số đông học sinh và các thầy cô giáo của các trường trong thành phố đến tham dự lớp học kiểu mẫu, nhưng họ đâu biết rằng em đang đóng kịch giỏi, bề ngoài thì như vậy nhưng trong lòng em thì ghét cay ghét đắng về chính sách ngu dân tiêu diệt văn hóa vừa qua của họ và trong tâm em thì đang mơ về một cuộc sống ở một nơi khác có không khí tự do, mơ ngày về bên anh ở bên kia bờ đại dương.

Một năm sau:
Ngày 7 tháng 9 năm 1976

Anh ơi!

Báo một tin buồn với anh, thi sĩ Vũ Hoàng Chương, một trong những tài năng xuất chúng của nền thơ ca Việt Nam thế kỷ 20, đã ra đi vĩnh viễn vào ***ngày 6 tháng 9 năm 1976*** *tại Sài Gòn, hưởng thọ 64 tuổi. Ông qua đời trong cô đơn và nghèo khó sau nhiều năm chịu đựng trong lao tù cải tạo, sức khỏe suy kiệt vì bệnh tật. Sự ra đi của ông đánh dấu sự khép lại của một đời thơ đầy tài hoa nhưng cũng lắm truân chuyên, để lại niềm tiếc thương vô hạn trong lòng người yêu thơ và những thế hệ sau vẫn mãi ngưỡng mộ những vần điệu say sưa, lãng mạn trong các tập thơ của ông.*

Anh biết không quê quán của thi sĩ ở làng Phù Ủng, huyện Ân Thi, tỉnh Hưng Yên kế bên làng Dung của anh. Ông là anh rể thi sĩ Đinh Hùng.

Em biết ông qua bài thơ nổi tiếng Lửa Từ Bi trong thời kỳ tranh đấu Phật Giáo năm 1963, khi ấy em đang sinh hoạt với Gia Đình Phật Tử chùa Từ Đàm. Lúc ấy bài thơ bị cấm phổ biến trên báo chí, nên các đoàn viên chuyền tay nhau đọc bản roneo. "Lửa Từ Bi" là một trong những bài thơ nổi tiếng và xúc động nhất của thi sĩ Vũ Hoàng Chương. Bài thơ này được ông sáng tác vào năm 1963, nhằm ca ngợi hành động tự thiêu của Hòa thượng Thích Quảng Đức để phản đối chính sách đàn áp Phật giáo của chính quyền Ngô Đình Diệm, bài thơ được nhạc sĩ Phạm Duy phổ nhạc. Đây không chỉ là một tác phẩm văn chương mà còn được xem là một "bản kinh" bằng thơ, thể hiện sự ngưỡng vọng trước tinh thần bất diệt.

Năm năm sau:
Ngày 30 tháng 5 năm 1980

Anh yêu quý của em,
*Em ngồi đây giữa đêm khuya, tay run run viết từng chữ mà lòng đau như cắt. Em phải báo cho anh tin dữ nhất mà em chưa bao giờ muốn thốt ra: Thầy đã về với tổ tiên vào **ngày 11 tháng 5 năm 1980**. Thầy ra đi đột ngột sau cơn bạo bệnh, chỉ vài ngày trước đó Thầy vẫn còn ngồi trò chuyện với em, vẫn hỏi "Anh ở bên Mỹ có khỏe không, có còn nhớ Thầy không".*
Thầy đi thanh thản, không phải chịu đau đớn lâu, nhưng em thì đau đến nghẹn thở. Em day dứt vô cùng vì anh không kịp về nhìn mặt Thầy lần cuối, không kịp quỳ bên linh cữu Thầy, không kịp dâng cho Thầy nén hương tiễn đưa. Em biết anh đang ở bên ấy, một mình giữa xứ lạ, chắc chắn lòng anh đang tan nát, đang tự trách mình vì cách trở đại dương đã cướp mất của anh cơ hội làm tròn chữ hiếu với người cha kính yêu
Tang lễ đã xong trong nước mắt của cả gia đình. Mọi người lặng lẽ, chỉ có tiếng kinh cầu và tiếng khóc nghẹn ngào. Em đứng bên mộ Thầy, nhìn di ảnh Thầy mỉm cười hiền hậu mà lòng quặn thắt, nghĩ đến anh đang cô đơn bên kia bờ đại

dương, không có ai lau nước mắt, không có ai chia sẻ nỗi đau mất cha này.

Anh ơi, Thầy thương anh lắm. Thầy luôn tự hào kể với bà con xóm làng rằng con trai lớn của thầy đang ở Mỹ, đang cố gắng dựng xây tương lai cho vợ con. Đến những ngày cuối, Thầy vẫn nắm tay em, yếu ớt dặn rằng: "Con bảo anh ấy cứ yên tâm học hành làm ăn". Em nghĩ: Thầy đã ra đi với niềm tin rằng anh sẽ tiếp tục là chỗ dựa vững chắc cho mẹ con em bây giờ và sau này

Anh ơi, hãy giữ gìn sức khỏe, đừng để nỗi đau này làm anh suy sụp. Em và các con cần anh mạnh mẽ, và thầy trên trời cao cũng đang nhìn anh, đang mong anh bình an. Em thương anh, nhớ anh đến cồn cào ruột gan.

Anh ơi!

Ngày hôm qua em đã nhận được thư của tòa Đại sứ Mỹ ở Bangkok. Một tin vui giữa giờ tuyệt vọng.

Em nghĩ, có được thư này không phải là điều dễ dàng, chắc là do sự can thiệp của anh bên ấy, bởi vì nhiều bạn em cùng cảnh ngộ: như chị Hồ, chị Biên vẫn chưa có. Tuy nhiên, thư của Tòa Đại Sứ Mỹ ở Bangkok chấp thuận cho visa nhập cảnh Mỹ chỉ được một nửa công đoạn ra đi, còn phía Việt Nam cho đi mới là điều khó khăn. Cũng do duyên lành đưa đẩy em được chị Lan giới thiệu người thân có bà con với chị thúc đẩy giấy tờ nên em mới sớm có giấy thông thành xuất cảnh. Cảm ơn chị Lan rất nhiều.

Anh thân yêu,

Thế là em và con sẽ qua với anh một ngày không xa. Mình đã xa nhau hơn năm năm rồi anh ơi. Hãy chờ em nhé anh.

Những ngày tháng kế tiếp:

Thời gian như chậm quá anh ơi. Chắc ở bên kia anh chờ em, còn bên này em chờ giấy tờ, hết giấy tờ này đến giấy tờ nọ. Suốt ngày lên chờ chực ở bệnh viện Chợ Rẫy khám sức khỏe rồi Sở Ngoại Kiều đường Nguyễn Du. Chờ anh đã sáu năm rồi, thêm một vài ngày, một vài tháng nữa có sá gì đâu anh nhỉ.

Sáu năm sau:
Ngày 5 tháng 10 năm 1981

Anh ơi! Hôm nay nhận được tin vui như chưa bao giờ vui bằng. Em đã nhận được giấy xuất cảnh. Cả nhà vỡ òa lên vì sung sướng. Đa số các đồng nghiệp của em đều vui mừng nhưng cũng có một đồng nghiệp nói với em là miếng thịt trong tay nhưng cũng chưa chắc là đã tới miệng. Cũng phải kể thêm với anh, khi em nộp đơn xin thôi việc, bà hiệu trưởng đã đến tận nhà thăm em, thuyết phục em đừng đi Mỹ, nên ở lại. Bà ngồi nói chuyện lâu lắm, có sự hiện diện của má nữa. Bà nói biết đâu chồng em đã có người khác, xã hội Mỹ nó khác với mình lắm, nó không có tình người, không có lòng tử tế, nó chỉ yêu tiền, yêu đời sống vật chất... Sau cùng, thấy không thể nào thuyết phục được em, bà nói "nếu mai sau này em có trở ngại gì mà trở về lại Việt Nam thì chị cũng sẽ sẵn sàng đề nghị em đi dạy học trở lại." Dầu sao em cũng xin cảm ơn chị. Chị đã hết lòng tử tế với em, tử tế từ những ngày đầu tiên gặp chị đến tận ngày em sắp rời Việt Nam.

****

Không ngờ chiến tranh đã qua, không còn tiếng súng, đất nước đã thống nhất, nhà nhà đoàn tụ nhưng cuộc tình thời chinh chiến của chúng tôi vẫn kéo dài thêm sáu năm chia cách. Không chỉ chia cách bởi một dòng sông, người đứng bên này sông, kẻ đứng ở bên kia sông mà là cách xa nhau nửa quả địa cầu với thời gian dài sáu năm nhưng dài lâu như vô tận. Cánh bèo tưởng là đã tan, tình đã ra xa nhưng nay lại đến gần, mây tan rồi bèo hợp. Duyên chưa tận nên nay duyên vẫn còn. Duyên đến rồi duyên đi. Khi còn duyên thì hợp, khi hết duyên thì tan. Phải chăng đó là lẽ lẽ vô thường của giáo lý nhà Phật.

CHƯƠNG 7

NHÌN LẠI
HAI CUỘC DI CƯ NĂM 1954 VÀ 1975

Bảy mươi năm qua tức từ năm 1954 đến năm 2024, lịch sử Việt Nam ghi dấu hai cuộc di tản được cho là vĩ đại nhất chưa từng có trong lịch sử thế giới: Cuộc di cư 1954 kéo dài gần 3 tháng sau ngày ký Hiệp định Geneva chia cắt hai miền Nam Bắc; và cuộc di tản diễn ra từ ngày 30 tháng 4 năm 1975 kéo dài cho đến hơn mười năm sau đó, sau khi cộng sản miền Bắc xâm lăng miền Nam.

Cuộc Di Cư năm 1954

Hiệp định Geneve năm 1954 kết thúc chiến tranh Đông Dương chia Việt Nam thành 2 phần đất ở vĩ tuyến thứ 17, thành lập một nhà nước cộng sản ở miền Bắc gọi là **Việt Nam Dân Chủ Cộng Hòa** và một nhà nước riêng biệt ở phía Nam gọi là **Việt Nam Cộng Hòa**.

Với việc thành lập chính phủ do đảng Cộng Sản Việt Nam lãnh đạo ở miền Bắc, đã khiến gần một triệu đồng bào miền Bắc – chính xác là **927.000** người đứt ruột rời bỏ quê hương, nơi ông bà tổ tiên đã bao đời sinh sống. Nơi từng nắm đất, ngọn cỏ, bụi cây cũng chứa đầy máu, nước mắt, và mồ hôi của những thế hệ ông cha. Họ quyết tâm di cư vào miền Nam với mục đích kiếm tìm tự do, dân chủ và nhân quyền cho con người và đất nước Việt Nam. Họ đã tạo dựng một nền cộng hòa non trẻ dân chủ, tự do, và nhân ái, mặc dầu vẫn còn đầy rẫy những khó khăn và gian lao do áp lực muốn xâm chiếm miền Nam từ đối phương miền Bắc và từ đồng minh Hoa Kỳ.

Miền Nam thanh bình chưa được bao lâu, chính phủ cộng sản miền Bắc quyết định thành lập cái gọi là "Mặt trận Dân tộc Giải phóng miền Nam Việt Nam" tại một hội nghị được tổ chức ở một vùng núi rừng nào đó ở miền Nam vào ngày 20 tháng 12 năm 1960. Tổ chức này, thường được gọi là Mặt trận Giải phóng, với mục tiêu chính là đánh đổ chính quyền miền Nam được ủng hộ bởi Mỹ và thực hiện việc thống nhất đất nước. Trên danh nghĩa là như vậy nhưng thực chất chính là chính quyền cộng sản Hà Nội. Họ đã chủ động thiết kế và thực hiện chiến lược xâm lược và thống nhất đất nước Việt Nam thông qua việc hình thành và hỗ trợ các tổ chức nằm vùng tại miền Nam. Điều này được thể hiện qua việc cung cấp vũ khí, vận tải qua đường mòn Hồ Chí Minh trên bộ và trên biển, tài trợ quân sự và chính trị cho các phong trào dân tộc miền Nam, nhằm hỗ trợ cho mục tiêu giải phóng miền Nam khỏi chính quyền địa phương và sự can thiệp của Mỹ.

Thế là miền Nam lại bước vào cuộc chiến quốc cộng thêm 20 năm cho đến khi Hoa Kỳ thỏa hiệp với Trung Cộng năm 1972 bán đứng VNCH cho Hà Nội và Hoa Kỳ chính thức bỏ rơi VNCH vào ngày 30 tháng 4 năm 1975.

Một lần nữa hàng triệu người dân miền Nam lại vượt thoát chế độc tài cộng sản ra đi tìm tự do, như một khẳng định dứt khoát và quyết liệt. Không thể sống chung với cộng sản. Họ sẵn sàng hy sinh thân mạng trên biển cả hay nơi rừng thiêng nước độc, để hy vọng có được đời sống ấm no, tự do, dân chủ, hạnh phúc và tiến bộ cho con cháu. Đó là cuộc di cư năm 1975.

Cuộc Di Cư năm 1975

Trong những ngày cuối cùng trước khi Sài Gòn thất thủ vào ngày 30 tháng 4 năm 1975, khoảng 140.000 người Việt Nam có liên hệ mật thiết với chính quyền miền Nam Việt Nam đã được di tản khỏi Việt Nam và tái định cư tại Hoa Kỳ. Cuộc di tản do chính phủ Hoa Kỳ tổ chức được tiếp nối bằng các cuộc di tản tự túc, nhỏ hơn nhưng kéo dài trong 10 năm sau đó, họ đã dùng thuyền hay đi bộ để chạy sang các nước Đông Nam Á láng giềng.

Chính sách độc tài, bóc lột và trả thù tàn ác của cộng sản đối với nhân dân miền Nam là nguyên nhân chính đã khiến trên 2 triệu đồng bào phải bỏ hết tài sản và sự nghiệp để chạy ra nước ngoài, chưa kể đến khoảng 300.000 người thiệt mạng trên đường mạo hiểm tìm kiếm tự do. Theo các con số thống kê của Liên Hiệp Quốc, cho tới khi quốc tế chính thức chấm dứt chương trình tị nạn Việt Nam vào năm 1995, tổng số người ra đi lên tới **2.164.000** người. Trong tổng số 2.164.000 này, ngoài 140.000 người được chính phủ Mỹ di tản trong đợt đầu và 624.000 đi theo diện ra đi có trật tự ODP, có khoảng **840.000** người đã vượt thoát bằng đường biển hay đường bộ cho đến cuối năm 1995 tới các trại tạm trú ở Hong Kong và một số quốc gia Đông Nam Á như Mã Lai, Indonesia và Thái Lan.

Mặc dầu chính quyền cộng sản Việt Nam, kẻ thắng cuộc đã và đang cố gắng viết lại lịch sử, họ áp lực các quốc gia như Mã Lai và Indonesia từng làm nơi trung chuyển đồng bào tị nạn không được cho xây dựng những nghĩa trang và bia tưởng niệm đồng bào tử nạn. Họ cố tình tẩy trắng hay làm mờ đi những hình ảnh di cư hào hùng đó, nhưng cả hai cuộc di cư vĩ đại này đã ghi dấu ấn không thể phai nhòa trong lịch sử Việt Nam và thế giới. Nó đã khẳng định lằn ranh giới đỏ giữa cộng sản Việt Nam với những người Việt quốc gia yêu nước. Có thể ví hai cuộc di cư vĩ đại này là hai cuộc bỏ phiếu chọn chính nghĩa tự do bằng chân (gần 1 triệu người năm 1954) và bằng thuyền vượt biển (2.164.000 người sau năm 1975). Xin nguyện cầu cho thế giới hòa bình, chúng sinh an lạc và mong rằng sẽ không còn cuộc di cư nào nữa xảy ra trên thế giới.

CHƯƠNG 8
NHÌN LẠI 30 NĂM CUỘC CHIẾN (1945-1975)

Tôi sinh ra ở miền Bắc Việt Nam vào mùa Thu năm 1943. Năm 1954 theo cha mẹ trốn thoát cộng sản, di cư vào miền Nam. Khi Sài Gòn thất thủ ngày 30 tháng 4 năm 1975, tôi vượt thoát cộng sản một lần nữa qua Hoa Kỳ. Như vậy tôi đã lớn lên và trưởng thành trong bối cảnh của một đất nước loạn ly, phải truân chuyên theo vận nước nổi trôi suốt 32 năm trời.

Cho đến nay (2025), tôi đã sống yên bình ở nước ngoài đúng nửa thế kỷ, được tiếp thu nhiều nguồn thông tin đã giải mật về cuộc chiến tranh Việt Nam, từ các kho dữ liệu quốc gia của Mỹ và các thư viện đại học Hoa Kỳ. Nửa thế kỷ không phải là quãng thời gian quá dài, nhưng cũng đủ để nhìn lại một chặng đường đã qua, nhằm đánh giá các sự kiện lịch sử, đã xảy ra một cách tương đối trung thực, không bị ảnh hưởng bởi bất cứ một luồng tư tưởng và chính kiến nào, và cũng không bằng tình cảm thương ghét hay hận thù, vì thời gian đã nhạt nhòa phôi pha.

****

Các dữ kiện lịch sử cho biết rằng nước tôi đã bị Pháp đô hộ gần 100 năm, chính xác là 90 năm, bắt đầu từ khi tiếng đại bác của tướng thực dân Pháp Rigault de Genouilly liên kết với quân Tây Ban Nha bắn vào thương cảng Sơn Trà, Đà Nẵng vào rạng sáng ngày 1 tháng 9 năm 1859.

Tám mươi năm sau, vào khoảng năm 1939, chiến tranh Thế giới thứ hai bùng nổ, đất nước tôi lại thay ngôi đổi chủ, Nhật Bản đã giành quyền kiểm soát hoàn toàn Đông Dương từ tay người Pháp vào tháng 3 năm 1945 và tạo ra một chính quyền "độc lập" rất ngắn ngủi ở Việt Nam dưới sự lãnh đạo của Hoàng đế Bảo Đại, tuy nhiên, quyền lực này chỉ là trên danh nghĩa, và Việt Nam vẫn nằm dưới sự kiểm soát của Nhật Bản cho đến khi Nhật Bản chính thức đầu hàng vào ngày 14 tháng 8 năm 1945. Tuy nhiên, sau sự đầu hàng của Nhật Bản, quyền lực thực sự ở Việt Nam nhanh chóng được âm thầm chuyển giao lại cho các nhóm dân tộc chủ nghĩa, trong đó có một liên minh các tổ chức đảng phái chính trị tên là Việt Nam Độc Lập Đồng Minh Hội, thường gọi tắt là Việt Minh.

Việt Minh đóng một vai trò quan trọng trong công cuộc kháng chiến chống Pháp và Nhật. Khi chiến tranh kết thúc vào năm 1945, Việt Minh tận dụng cơ hội này để tuyên bố sự độc lập của nước Cộng hòa Dân chủ Việt Nam (tên gọi chính thức là Việt Nam Dân chủ Cộng hòa), với Hồ Chí Minh làm chủ tịch.

Tuy nhiên, sự độc lập này không được Pháp công nhận, và với sự nhượng bộ của Hồ Chí Minh, qua việc ký kết Hiệp định Sơ bộ Pháp-Việt vào ngày 6 tháng 3 năm 1946, sau đó, mâu thuẫn giữa hai bên vẫn gia tăng, dẫn đến việc ký kết Hiệp định chính thức ngày 14 tháng 9 năm 1946 thay thế Hiệp định Sơ bộ. Do mâu thuẫn của hai bên vẫn không giải quyết được, quân đội Pháp tiến vào Việt Nam để tái chiếm, dành quyền kiểm soát. Điều này đã dẫn đến cuộc chiến tranh Đông Dương kéo dài gần 10 năm từ năm 1946 đến 1954, trong đó Việt Minh chiến đấu chống lại quân đội Pháp. Cuộc chiến kết thúc sau Trận Điện Biên Phủ vào năm 1954, dẫn đến Hiệp định Geneva và sự chia cắt tạm thời của Việt Nam thành hai quốc gia riêng biệt: Bắc Việt và Nam Việt.

Tưởng cũng nên mở ngoặc nói thêm một vài chi tiết lịch sử ở đây. Sau khi chiến thắng quân đội Pháp tại Đông Dương vào tháng 3 năm 1945, Nhật đã chính thức trao trả quyền độc lập cho Việt Nam. Trong bối cảnh này, Vua Bảo Đại, lúc đó là người đứng đầu chính phủ Việt Nam dưới sự ủng hộ của Nhật Bản, đã tuyên bố sự độc lập của Việt Nam, kết thúc hiệp ước bảo hộ với Pháp.

Tuy nhiên, điều này cũng phần nào thể hiện sự phụ thuộc vào Nhật Bản, vì quyền lực thực sự vẫn nằm trong tay họ. Vua Bảo Đại sau đó đã cố gắng tìm kiếm sự hỗ trợ từ các cường quốc khác, bao gồm cả Hoa Kỳ, nhằm khẳng định và bảo vệ sự độc lập mới mà Việt Nam vừa giành được.

Vào thời điểm này, chính xác là ngày 17/3/1945 vua Bảo Đại đã gửi một công hàm dạng điện tín – telegram đến Tổng thống Mỹ là Harry Truman, ngỏ ý muốn thiết lập mối quan hệ ngoại giao và cũng hy vọng Mỹ sẽ giúp đỡ Việt Nam trong việc bảo vệ chủ quyền độc lập trước sự can thiệp của Pháp. Cũng vào khoảng thời gian này, vua Bảo Đại liên lạc với các lãnh đạo khác như Tưởng Giới Thạch và Quốc vương của Vương quốc Liên hiệp Anh George VI, nhưng không nhận được sự phản hồi.

Vua Bảo Đại, người cai trị cuối cùng của triều đại Nguyễn ở Việt Nam, đã thoái vị vào ngày 25/8/1945. Sau đó một tuần, vào ngày 2/9/1945 ông Hồ Chí Minh, lãnh tụ của Đảng Cộng sản Việt Nam và chủ tịch của Chính phủ Lâm thời Cách mạng Việt Nam, đọc tuyên ngôn độc lập trước hàng vạn người dân trong một cuộc biểu tình tại Quảng trường Ba Đình, Hà Nội, khai sinh nước Việt Nam Dân Chủ Cộng Hòa (sau này là

Cộng hòa Xã hội chủ nghĩa Việt Nam).

Sau khi tuyên bố độc lập đất nước, Chủ tịch Hồ Chí Minh cũng đã chính thức gửi nhiều công hàm ngoại giao cho tổng thống và ngoại trưởng Hoa Kỳ ngỏ ý muốn thiết lập bang giao với Mỹ. Bất hạnh thay cho Việt Nam, Mỹ đã khước từ và tiếp tục ủng hộ đồng minh của mình là Pháp. Thế là cuộc chiến với thực dân Pháp kéo dài thêm gần 10 năm, cho đến ngày 20 tháng 7 năm 1954. Và cuộc chiến dai dẳng này chính thức kết thúc vào ngày 30 tháng Tư năm 1975 khi chính phủ cộng sản miền Bắc mở cuộc tổng tấn công miền Nam. Như thế đất nước tôi đã trải qua 30 năm chiến tranh.

Tưởng cũng cần nói thêm ở đây, **ngày 2/9/1945** là dấu ấn lịch sử quan trọng của nước tôi. Ông Hồ đã biến nước tôi thành một nước theo chủ nghĩa cộng sản. Đa số người dân miền Bắc lúc bấy ấy nghĩ rằng ông Hồ Chí Minh là người yêu nước theo chủ nghĩa dân tộc. Ông chỉ dùng chủ nghĩa cộng sản như là phương tiện để đạt được cứu cánh giải phóng dân tộc. Điều này đã không đúng. Ông đã được huấn luyện để trở thành người cộng sản chuyên nghiệp vì nhiều tài liệu giải mật lưu trữ tại thư viện cộng sản ở thủ đô Moskva cho biết ông đến Moskva vào tháng 6 năm 1923 và đã theo học 2 năm tại trường Đại học Lao động Cộng sản Phương Đông (*Communist University of the Toilers of the East University)* từ tháng 10 năm 1923 đến tháng 6 năm 1925. Tại đây, ông được đào tạo lý luận chủ nghĩa Marx - Lenin, lịch sử cách mạng, công tác vận động quần chúng, và các kỹ năng lãnh đạo khác. Trường Đại học Lao động Cộng sản Phương Đông đóng vai trò quan trọng trong việc định hình tư tưởng và sự nghiệp cách mạng của ông. Tại đây, ông đã được huấn luyện để trở thành một người cộng sản chuyên nghiệp quốc tế, không những để lãnh đạo phong trào giải phóng dân tộc Việt Nam mà còn giúp cho các nước khác sau này. Ông được trả lương hàng tháng và sinh hoạt đều đặn trong tổ chức Đệ Tam Quốc tế cộng sản.

****

Sau gần 100 năm đất nước tôi bị Pháp đô hộ và thêm 20 năm hai miền Nam Bắc đánh nhau, số người Việt Nam ở cả hai bên thiệt mạng lên tới khoảng ba triệu người. Đất nước và tài sản của dân chúng cả hai miền đều bị chiến tranh tàn phá đến mức độ chưa từng thấy trong lịch sử, cho đến nay vẫn còn những di hại của bom, mìn chưa nổ và chất thuốc khai quang.

Đối với riêng tôi, mặc dầu cuộc chiến ban đầu là cuộc chiến chống thực dân Pháp đầy lý tưởng và chính nghĩa, nhưng tôi nghĩ rằng cuộc chiến tranh 30 năm này (từ năm 1946 đến năm 1975), không gì khác hơn là cuộc nội chiến giữa những người Việt Nam với nhau trước là tranh dành quyền lực giữa những người lãnh đạo các tổ chức chính trị, sau là do ý thức hệ khác biệt, ý thức hệ quốc gia và ý thức hệ cộng sản. Đó là một cuộc chiến huynh đệ tương tàn, anh em mỗi người mỗi chiến tuyến. Mặc dù người Mỹ, người Tầu và người Nga là những thủ phạm chính, nhưng người Việt đã chẳng những không thương xót nhau mà còn quay ra thẳng tay giết hại lẫn nhau.

****

Ngày 20-7-1954, Hiệp định đình chiến Genève được ký kết. Theo đó, Việt Nam sẽ tạm thời bị chia cắt bằng ranh giới là vĩ tuyến 17 để quân đội hai bên tập kết. Quân đội Pháp sẽ rút khỏi Việt Nam và trao quyền quyết định vận mệnh dân tộc cho người Việt Nam. Một năm sau đó sẽ tiến tới việc giao thương kinh tế và một năm sau nữa sẽ tiến hành tổng tuyển cử để thống nhất đất nước. Thế nhưng trình tự đó không bao giờ xảy ra vì bộ chính trị đảng cầm quyền miền Bắc đã cử đại tướng Nguyễn Chí Thanh bí mật vào Nam năm 1959 ra lệnh cho Trung ương Cục miền Nam đóng ở giữa rừng xâu chiến khu D, thuộc địa phận tỉnh Phước Thành công bố một tổ chức, tên được bộ chính trị miền Bắc chọn sẵn là "*Mặt trận*

Dân tộc Giải Phóng Miền Nam" để phát động cuộc kháng chiến lần thứ hai chống Mỹ-Diệm. Thế là cuộc chiến bùng nổ, biến miền Nam trở thành hỏa ngục từ đấy.

Thật bất hạnh cho dân tộc Việt Nam, số phận của quê hương tôi đã được an bài trên bàn hội nghị, bởi các nước lớn trên thế giới hay cũng có thể đó là **nghiệp quả** từ quá khứ của cả một dân tộc phải gánh chịu, khi đất nước chúng tôi bị rơi vào thế gọng kìm của cuộc chiến tranh ý thức hệ trên toàn thế giới, giữa chủ nghĩa độc tài chuyên chính cộng sản và chủ nghĩa tự do tư bản **hình thành** sau cuộc chiến tranh thế giới lần thứ hai. Người Việt Nam chúng tôi, dù muốn hay dù không muốn cũng đều bị cuốn hút vào trong cuộc đấu tranh ý thức hệ này. Miền Bắc Việt Nam đứng về phía xã hội chủ nghĩa do Trung Quốc và Liên Xô lãnh đạo, mà chủ yếu là Trung Quốc. Miền Nam Việt Nam đứng về phía dân chủ tự do, tư bản chủ nghĩa đứng đầu là Hoa Kỳ.

Mặc dầu cuộc chiến Việt Nam có thể được coi là cuộc nội chiến ngay từ những năm đầu thập niên 1940 nhưng về sau nó được tiếp tay bởi Hoa Kỳ đến **hai lần**. Hoa kỳ đã viện trợ quân sự cho thực dân Pháp tiếp tục cuộc chiến tại Việt Nam mà không đáp ứng lời cầu cứu khẩn thiết của cựu hoàng Bảo Đại và ông Hồ Chí Minh, lúc ấy ông Hồ Chí Minh là Chủ tịch một liên minh chính trị phức tạp trong đó gồm cả các thành phần quốc gia trí thức yêu nước và cộng sản gọi là ***Việt** Nam Độc Lập Đồng **Minh** Hội*. Liên minh muốn Việt Nam được tự trị, độc lập và liên kết với Mỹ, Anh và Ấn Độ. Thế là đất nước tôi lại tiếp tục bị Pháp đánh phá nhà tan cửa nát thêm 10 năm nữa cho đến ngày 20 tháng 7 năm 1954 mới chấm dứt bởi hiệp định đình chiến Geneve tạm chia đôi đất nước. Có người cho rằng thời kỳ này vẫn là thời kỳ kháng chiến chống Pháp và 20 năm tiếp theo đó là cuộc kháng chiến chống "đế quốc" Mỹ. Nhưng cũng có người cho rằng cuộc nội chiến chỉ xảy ra khi đất nước bị chia đôi vào năm 1954 như một bài hát của họ Trịnh *"Một ngàn năm nô lệ giặc Tàu.*

Một trăm năm đô hộ giặc Tây. Hai mươi năm nội chiến từng ngày...".

Như thế, cuộc chiến trên đất nước tôi đã diễn ra liên tục suốt 30 năm từ năm 1946 đến năm 1975, trải qua hai giai đoạn từ 1946 đến 1954 và từ 1954 đến 1975. Cuộc chiến này có thể gọi bằng nhiều tên khác nhau, với những ý nghĩa khác nhau tùy quan điểm chính trị hay góc nhìn của mỗi người và của mỗi bên tham chiến. Dù gọi bằng tên gì đi nữa, khổ thay cho đất nước tôi, đã có khoảng 3,8 triệu người dân Việt vô tội đã bị giết giữa các năm 1954 và 1975. Khoảng 164.000 thường dân miền Nam đã bị thủ tiêu trong các cuộc lùng diệt bởi Cộng sản trong cùng thời kỳ, theo nhà học giả chính trị Rudolf Joseph Rummel của trường Đại học Hawaii. Riêng Ngũ Giác Đài Mỹ ước tính khoảng 950.000 quân nhân Bắc Việt và hơn 200.000 quân nhân VNCH đã ngã xuống ngoài chiến trận, cộng thêm 58.000 quân nhân Hoa Kỳ thiệt mạng nữa. Đó là chưa kể đến 300.000 người Việt mất tích ngoài biển Đông trên đường đi tìm tự do sau ngày 30 tháng 4 năm 1975.

***

Hồi tưởng lại, nếu như Hoa Kỳ hồi đó không nghe lời thuyết phục đường mật của chính phủ Pháp và thuận theo quan điểm của các nhà ngoại giao trong Cơ quan Tình báo Chiến lược Mỹ OSS rằng Hoa Kỳ nên theo phe chống thực dân, từ khước ủng hộ việc Pháp tái chiếm thuộc địa mà chuyển qua giúp đỡ cho Việt Minh, nhất là cứu đói đồng bào miền Bắc trong trận đói tháng 3 năm Ất Dậu; và nếu như *(cũng lại nếu như)* ông Hồ là người yêu nước, yêu dân tộc thực sự và không phải là đảng viên nòng cốt của đảng cộng sản quốc tế thì biết đâu tình trạng hiện thời của một nước Việt Nam lẽ ra đã có tự do, dân chủ và tiến bộ từ đó. Và đâu có cảnh người dân phải tháo chạy kinh hoàng đến hai lần "*một lần cha bỏ xứ năm*

1954, và một lần con bỏ nước năm 1975" (lời của một bản hát).

Rồi sau hội nghị Geneve 1954, mặc dầu Mỹ không ký vào hiệp định nhưng Mỹ lại chính thức can thiệp vào chính quyền miền Nam Việt Nam một cách thô bạo. Qua sự đề bạt của Hồng Y Francis Spellman, Mỹ đã đưa ông Ngô Đình Diệm đang tu tại một chủng viện Thiên Chúa Giáo ở New York về làm Thủ tướng rồi sau đó ông Diệm truất phế Quốc trưởng Bảo Đại lên làm Tổng thống Việt Nam Cộng Hòa. Sách lược của Mỹ lúc bấy giờ là muốn dùng miền Nam Việt Nam làm con đê để ngăn chặn làn sóng cộng sản lan tràn xuống phía Nam, đặc biệt là vùng Đông Nam Á theo học thuyết Domino, để rồi 20 năm sau, sau khi Tổng thống Nixon đi Bắc Kinh gặp Chủ tịch Mao Trạch Đông và Thủ tướng Chu Ân Lai vào tháng 2 năm 1972. Ông Nixon đã đảo ngược chính sách "***ngăn chặn Trung Quốc***", biến đổi Trung Quốc từ thù thành bạn. Hoa Kỳ quyết định giao hảo với Bắc Kinh và từ từ rút ra khỏi miền Nam Việt Nam, và khi bắt tay được với ông Mao Trạch Đông thì buông tay ông Nguyễn Văn Thiệu. Mỹ đã chính thức bỏ rơi miền Nam Việt Nam từ đó (năm 1972) vì quyền lợi kinh tế và chính trị của hai nước Mỹ và Trung Quốc.

Nhìn lại giai đoạn lịch sử này, chúng ta thấy rằng việc mất miền Nam không phải do miền Nam nhu nhược, không phải do quân đội miền Nam thiếu khả năng chiến đấu mà là do sự phản bội của nước bạn "đồng minh". Hoa Kỳ đã **bỏ rơi** VNCH từ năm 1972 và đã **bội ước** không ngăn chặn cuộc tấn công miền Nam của lực lượng cộng sản miền Bắc sau khi ký kết hiệp định Paris năm 1973. (*Tài liệu chiến tranh Việt Nam đã được giải mật ghi rằng **Hoa Kỳ đồng ý** với Lê Đức Thọ là sẽ **không yêu cầu** lực lượng Bắc Việt rời khỏi miền Nam thể hiện qua văn bản Hiệp định Hòa bình không có điều khoản quân đội miền Bắc phải rút quân khỏi miền Nam.)*

****

Phải công tâm mà nói rằng, miền Bắc đã chiến thắng miền Nam năm 1975 nhưng không phải trên chiến trường mà nhờ vào chính sách quay trục của Mỹ và yếu tố tâm lý chán chiến tranh của nhân dân Hoa Kỳ, nỗi mỏi mệt của quần chúng và phong trào phản chiến càng ngày càng lớn mạnh cùng với áp lực chính trị ngay trong lòng tòa Bạch Ốc ở Washington, D.C. và nhất là **tham vọng chính trị cá nhân của Henry Kissinger** muốn bỏ rơi VNCH như "*món quà tặng*" nhằm lấy lòng Trung Quốc, mở ra chiến thắng chính trị và thương mại cho Mỹ với thị trường rộng lớn 1,4 tỷ dân Trung Hoa. Thêm vào đó Henry Kissinger, gốc người Do Thái muốn Hoa Kỳ cắt đứt quan hệ với Việt Nam mà dồn nỗ lực giúp Do Thái chống lại khối Ả Rập.

Ngày nay, người Việt Nam cộng sản và không cộng sản đều đã có nhiều kinh nghiệm về tình bạn hợp tác với các nước bạn, các nước gọi là anh em của mình để thấy rằng đồng minh hay bạn bè nào cũng chỉ ủng hộ một nước bạn chừng nào sự ủng hộ ấy phù hợp với lợi ích riêng của họ chứ không phải vì cùng theo đuổi một lý tưởng chung. Chính Thủ tướng Anh Lord Palmerston từng có câu nói để đời: "*Không có bạn bè vĩnh viễn, không có kẻ thù vĩnh viễn. Chỉ có quyền lợi là vĩnh viễn*". Đó cũng là chính sách cố hữu của Hoa Kỳ từ xưa đến nay. Điều này đang thể hiện rõ rệt khi Mỹ đảo ngược chính sách biến đổi Việt Nam từ thù thành bạn khi hai nước nâng cấp quan hệ lên tầng cao nhất là chiến lược toàn diện . Trong chiến lược này thì đối với Hoa Kỳ, Việt Nam lại trở về chỗ đứng là "địa điểm chiến lược quan trọng nhất ở Đông Nam Á, vùng Thái Bình Dương-Ấn Độ Dương."

Cổ nhân Đông phương cũng có câu "*Thương hải tang điền*" tức ruộng dâu biến thành biển xanh, và nhà Phật nói "*cuộc đời vô thường*" ý nói về sự vô thường của thế gian, sự thay đổi qua bốn tiến trình mà bản thân không thể kiểm soát hay thay đổi. Đó chính là Thành – Trụ - Hoại – Không và sinh, lão, bệnh, tử. Còn nhà triết học phương Tây Heraclitus đã từng khẳng định "*Không ai tắm hai lần trên một dòng sông*" để nói về dòng đời luôn trôi chảy theo những biến thiên của cuộc sống. Cuộc sống vô thường, luôn chứa đựng những điều bất ổn, còn bước đi của lịch sử thì luôn song hành với nhịp sống của thời gian. Do đó, mọi mối liên hệ giữa người với người, giữa quốc gia với quốc gia chỉ tồn tại trong một khoảng thời gian nhất định nào đó, con người cần phải học cách thay đổi để thích nghi và để mối quan hệ giữa con người với con người sẽ được biến thiên theo dòng chảy của cuộc đời.

Thật đau khổ cho dân tộc Việt Nam, cho quê hương thân yêu của tôi, các nhà lãnh đạo cả hai miền đã không thích nghi được với hoàn cảnh, đã không có tầm nhìn xa, cả hai phía: Việt Nam Dân Chủ Cộng Hòa và Việt Nam Cộng Hòa đã không vận dụng mọi nỗ lực để tự quyết, tự chủ, tự lực và tự cường cho mảnh đất mình cai trị, để đến nỗi bị các nước lớn bắt nạt, đàn áp và bị ép buộc phải quy hàng theo ước muốn của họ.

PHẦN III

CHƯƠNG 9
ĐƯỜNG VÀO ĐẠO PHẬT

Tôi sinh ra trong một gia đình nhà nông giầu có. Thầy mẹ tôi là địa chủ, sở hữu hàng ngàn mẫu đất trồng lúa. Trong nhà có người ăn người làm ra vào tấp nập, có cả Gia sư tức ông Đồ, tiếng gọi ngày xưa, dạy học riêng cho anh em chúng tôi. Toàn khu gia trang của ông bà gồm một biệt thự lớn rộng hai tầng, mà người trong làng gọi là "nhà Tây". Nhà được xây bằng gạch nung mái ngói theo kiến trúc phương Tây của thập niên 30, thêm vào đó là các dẫy nhà ngang lẫn nhà dọc và nhà thờ tổ tức nhà từ đường nằm ở vị trí trung tâm theo kiến trúc Việt Nam.

Sở dĩ tôi phải giới thiệu dài dòng như thế để cho thấy thầy mẹ tôi, về phương diện tâm linh, có thể ông bà là người theo Đạo thờ cúng Tổ tiên. Đó là tôi chỉ thấy về hình thức, nhưng thực sự tôi biết ông bà có tấm lòng từ bi nhân hậu rất đạo Phật.

Theo lời kể của chú Ức tôi thì thầy tôi, khi làm Lý trưởng làng (*tức xã trưởng bây giờ*) được cả làng yêu mến, ông bà luôn tạo công ăn việc làm cho họ, luôn giúp đỡ những người nghèo khó, điển hình qua trận đói kinh hoàng năm Ất

Dậu, ông bà đã mở kho thóc phân phát hết kho thóc cho những người nghèo đói, trong khi các nhà giầu khác để dành bán cho Pháp hay Nhật. Hình như ông bà không biết đến giáo lý đạo Phật, nhưng các việc làm của ông bà đã thể hiện ông bà là những người tu hành theo đạo từ bi của nhà Phật.

Tháng Bảy năm 1954, khi đất nước chia đôi bởi vĩ tuyến thứ 17, thầy mẹ tôi quyết định từ bỏ sản nghiệp, mang con cái di cư vào Nam tìm tự do. Sau vài năm thì cuộc sống cũng tạm ổn. Cha tôi và chị Hai đầu tôi lo buôn bán. Chúng tôi được đi học và thời gian cứ tiếp tục lặng lẽ trôi qua.

Một thời gian khá lâu sau đó, tôi thấy mẹ tôi bắt đầu học hỏi giáo lý nhà Phật do ông Bác tức anh ruột mẹ tôi hướng dẫn. Ông Quảng mà chúng tôi thường gọi, là một Cư sĩ Phật giáo làm phụ giảng, giảng dạy giáo lý cơ bản và chữ Hán cho các Tăng sinh Phật học Đường Nam Việt, chùa Ấn Quang, thường hay đến nhà giảng cho mẹ tôi nghe giáo lý "Tứ Diệu Đế". Và bẵng đi một thời gian dài tôi thấy cứ mỗi tối mồng một và rằm mẹ tôi cùng với thầy tôi và chị Hai tôi đi lễ Phật tụng kinh ở chùa Kim Cương nằm trên cùng một con hẻm 108 đường Trần Quang Diệu. Đó là quãng thời gian sau năm 1963.

Với tôi, có thể do đã có chủng tử Phật gieo trồng từ vô lượng kiếp nay gặp duyên lành nên tôi đã đến với đạo Phật sớm hơn, khoảng trước năm 1963 từ lúc tôi còn học bậc trung học. Những ngày ấy, tôi thường hay theo bạn bè đến chùa vào cuối tuần, khi thì chùa Xá Lợi, một ngôi chùa theo Phật Giáo Bắc Truyền ở ngay Sài Gòn và chùa Kỳ Viên, một ngôi chùa khác theo Phật Giáo Nam Truyền không cách xa đó. Một số bạn bè của tôi là đoàn viên sau là đoàn trưởng trong các Gia đình Phật tử. Tại chùa Xá Lợi, trong khi bạn bè sinh hoạt đoàn tại giảng đường, tôi lặng lẽ lên phòng đọc sách của chùa trên lầu để tìm đọc các sách viết về Phật Giáo.

Cuốn sách đầu tiên tôi được đọc là cuốn "*Ánh Đạo Vàng*" của Võ Đình Cường và sau đó là tám cuốn sách mỏng khác của Hòa thượng Thích Thiện Hoa như cuốn: *Tu Tâm, Dưỡng Tánh, Nhân Quả Luân Hồi, và Từ Bi.* Xin tri ân Hòa thượng Thích Thiện Hoa và Cư sĩ Võ Đình Cường đã hé mở cánh cửa cho tôi vào nhà Phật.

Tôi đến với đạo Phật như thế đó. Bạn bè đã tạo duyên lành cho tôi. Đạo Phật đã từ từ len lỏi và thâm nhập trong tôi lúc nào không hay nhưng phải nói cao điểm là vào dịp tôi cùng một số bạn bè tháp tùng theo phái đoàn Liên phái Phật giáo khánh thành tượng đài đức Phật Thích Ca ở Vũng Tầu vào hai ngày cuối tuần giữa tháng 3 năm 1963. Chúng tôi cứ hai người bạn trên một chiếc xe gắn máy chạy theo đoàn xe ô tô cắm cờ Phật Giáo ra Vũng Tầu mà tôi nhớ là do Hòa thượng Thích Tâm Châu dẫn đoàn. Ngài là chủ tịch ủy ban liên phái lễ khánh thành. Tôi còn nhớ trong đám bạn tôi có Đỗ Đại Nghiệp, Trần Văn Phát, Dương Đình Thơm, Nguyễn văn Mạnh…vv. Nghiệp lúc ấy ngồi trên xe ô tô với gia đình ông Bác Đỗ Văn Trà, (*từng làm Hiệu trưởng trường trung học kỹ thuật Cao Thắng và giám đốc sở Dụng cụ bộ Canh nông ở Gia Định*) nằm trong ban tổ chức. Thơm và Mạnh là huynh trưởng của hai gia đình Phật tử nên phải sinh hoạt theo đoàn, hỗ trợ ban tổ chức cuộc lễ. Vì còn đi học, không có tiền thuê khách sạn nên Phát và tôi ra bãi trước biển Vũng Tầu nằm ngay trên bãi cát nói chuyện gần như suốt đêm rồi ngủ chờ sáng lên Thích Ca Phật Đài dự lễ khánh thành.

Mặc dầu có một chút ít hiểu biết về giáo lý căn bản Phật Giáo nhưng kiến thức Phật giáo của tôi lúc bấy giờ vẫn còn ít ỏi nếu không nói là con số không, cho đến giai đoạn tranh đấu Phật Giáo đòi quyền tự do bình đẳng tôn giáo, tôi mới tìm hiểu và nghiên cứu sâu hơn về Phật giáo. Tôi đã nỗ lực nghiên cứu kinh điển. Kinh Phật rộng mênh mông như biển cả. Tôi cảm thấy Phật pháp thật cao thâm, viên dung, tinh tế. Phật pháp đã phá trừ những mê muội của tôi và cho tôi chút hiểu biết tri thức.

Tôi gia nhập làm hội viên Hội Phật Học Nam Việt và thành viên đoàn sinh viên Phật tử có trụ sở đặt tại chùa Xá Lợi do anh Trần Quang Thuận làm đoàn trưởng, tham gia phong trào sinh viên học sinh bãi khóa xuống đường. Sau cuộc chính biến ngày 1-11-1963 thành công, bản thân tôi cũng như Phật giáo xem như một thân cây khô héo được kích thích bởi nắng xuân ấm áp bèn đâm chồi nảy lộc. Ý thức Phật giáo tưởng chừng như đã tàn lụi trong lòng dân tộc, bỗng bừng lên trong lòng mọi người, nhất là tầng lớp thanh niên, học sinh, sinh viên chúng tôi. Bấy giờ tôi mới thấy rằng Phật giáo trong tôi đã từng hiện hữu và đang phát triển thêm lớn mạnh.

Nhớ lại, khi di cư vào Nam, gia đình tôi vốn rất nghèo, cư ngụ trong một khu lao động, gần nhà có hai hãng xưởng, nhà máy cưa gỗ và hãng làm nước ngọt xá xị, nhà vách ván mái tôn nên buổi trưa rất nóng nực, âm thanh từ các radio hàng xóm rất to nên ngoài thời gian ở trường học, nhất là vào dịp cuối tuần, ngày hè hay các ngày nghỉ lễ, tôi thường hay đến ngồi dưới bóng cây hoàng lan, bên hông chùa Xá Lợi để có nơi yên tĩnh đọc sách, học bài, nhất là vào mỗi mùa hè nắng nóng. Chính nơi đây, dưới mái chùa Xá Lợi, tôi thực sự biết được giáo lý đạo Phật qua các sách vở tại phòng đọc sách của chùa và qua các buổi diễn giảng của quý thầy được tổ chức tại đây vào mỗi sáng Chủ Nhật. Xin tri ân quý thầy Thích Thiền Định, Thích Huyền Vi và Thích Thiên Ân cùng các bạn của tôi và cũng xin cảm ơn cây hoàng lan tỏa bóng mát và hương thơm thoang thoảng bên hông chùa. Và tôi cũng không quên tri ân ngài Narada Maha Thera với những buổi thuyết pháp của ngài tại Kỳ Viên Tự mà tôi được lãnh ngộ rất nhiều về giáo lý nhà Phật.

****

Cũng do duyên lành mà ngay từ thuở ban đầu đến với đạo Phật, tôi đã lui tới hai ngôi chùa mà sau này mới biết đó là một ngôi chùa theo đạo Phật Bắc Tông còn ngôi chùa kia là đạo Phật Nam Tông. Tự dưng, không ai mách bảo, tôi đã gần gũi với cả hai truyền thống Phật Giáo chính từ hai ngôi chùa Bắc Truyền và Nam Truyền đó. Tại chùa Xá Lợi tôi được học hỏi giáo lý và dùng cơm chay. Tại chùa Kỳ Viên tôi được nghe những buổi thuyết pháp đặc biệt của ngài Narada Maha Thera mỗi khi ngài qua Việt Nam và vào những ngày rằm, được lắng nghe những vị sư người Tích Lan và chư Tăng người Việt mặc y cà sa màu vàng nghệ tụng kinh bằng tiếng Pali, một ngôn ngữ cổ xưa trong các kinh hệ Phật giáo Theravada, và cho dù không hiểu được một chữ nào, tôi vẫn còn nhớ những nét âm thanh tụng kinh đó, những âm thanh tuy xa lạ nhưng nghe như huyền diệu và nhớ nét mặt từ bi và bình thản đi chậm rãi của các nhà sư.

Tôi đã đến với đạo Phật như thế đó…. Và lành thay, Đức Phật ngự trị trong tôi không phải là một vị thần linh, không phải là Thượng đế, không phải là đấng sáng tạo ra vũ trụ, không phải là đấng toàn năng có thể ban phúc giáng họa cho con người. Trái lại, Ngài là đấng giác ngộ toàn triệt, một người tỉnh thức, một người đích thật có trong lịch sử loài người, thông đạt chân lý. Đức Phật đã chỉ ra con đường đến với chân lý, nhưng không ai khác ngoài mỗi người phải tự mình tiến bước trên hành trình tâm linh của chính mình.

Đến năm 23 tuổi, khi tôi ra trường, đi làm trong ngành điện, lúc bấy giờ thuộc Bộ Công Chánh, tại các địa phương miền Nam, miền Cao nguyên và miền Trung, tôi có dịp đi công tác nhiều tỉnh, mỗi tỉnh công tác tôi dành thời gian cuối tuần ghé thăm một ngôi chùa sở tại đàm đạo và học hỏi về Phật học với các nhà sư. Sau đọc thêm nhiều sách về Phật học, tôi mới biết khá nhiều về giáo lý đạo Phật. Và tôi đã nghiễm nhiên trở thành một Phật tử lúc nào không hay, một Phật tử có ý thức, một Phật tử trong tâm trí và trong hành động và một Phật tử mà tôi tự cho rằng một **Phật tử Chánh tín** –tức Phật tử chân thuần không mê tín. Vào năm 1967 tôi chính thức là Phật tử khi quy y Tam bảo và thọ trì ngũ giới với hòa thượng Thích Đôn Hậu, viện chủ ngôi cổ tự Thiên Mụ ở Huế.

Sau ngày 30 tháng 4 năm 1975 ra hải ngoại tôi phải dành toàn thời gian cho việc học trong năm năm đầu, nên sao nhãng việc học Phật cho đến khi tốt nghiệp đại học, ổn định công ăn việc làm và gia đình đoàn viên, tôi mới tiếp tục nghiên cứu về đạo Phật. Dầu vậy, lúc nào tôi vẫn nhớ lời dạy của Đức Bổn Sư: "*Các người hãy tự cố gắng, Như Lai chỉ là người chỉ đường*". Chính Ngài đã vẽ ra bản đồ cho chúng ta đi. Chúng ta chỉ cần cất bước lên đường theo bước chân Ngài đã đi rồi sẽ đến đích.

****

Thời gian vẫn lặng lẽ trôi qua, mọi việc từ gia đạo đến công ăn việc làm đều được hạnh thông, tôi tiếp tục con đường học Phật.

Hồi ấy, vào những năm 1978 - 1980 ở quận hạt Orange County chưa có nhiều chùa *(chỉ có 3 ngôi chùa đang sửa soạn xây cất là chùa Phật giáo Việt Nam, chùa Huệ Quang và chùa Trúc Lâm Yên Tử)* và cũng chưa có nhiều thầy. Có thể nói số chùa và thầy chỉ đếm được trên đầu ngón tay của một bàn tay, mà quý thầy lúc ấy còn bận việc tạo dựng cơ sở vật chất cho chùa, tổ chức nhạc hội gây quỹ xây chùa nên hầu như không có thầy thuyết giảng giáo lý cho Phật tử. Phật tử đến chùa chỉ làm công quả mà thôi. Tôi nhớ hồi đó muốn học thiền phải lái xe 30 miles đến thành phố Los Angeles học thiền với thầy Thích Thiên Ân vào mỗi sáng Thứ Bảy hay đợi một khóa tu khi có dịp thầy Nhất Hạnh qua Mỹ tổ chức. Do vậy chúng tôi, một số bạn bè Phật tử thân quen cùng nhau hội tụ lập nhóm học Phật mà người dẫn đầu là anh Trần Tiễn Huyến – một vị bác sĩ trẻ hiểu rộng Phật Pháp. Mỗi cuối tuần vào chiều tối Thứ Sáu chúng tôi tập hợp tại nhà một thành viên trong nhóm hoặc nhà một thân hữu ngoài nhóm có ý muốn theo học Phật. Chúng tôi cùng nhau tụng kinh ngồi thiền và trao đổi kinh nghiệm hành trì để mọi người tham khảo.

Thành viên nồng cốt của nhóm lúc ấy có khoảng 10 người, trong đó tôi nhớ ngoài anh Nguyên Hiển Trần Tiễn Huyến, còn có anh chị Trần Ngọc Tôn - Hoàng Oanh, Anh chị Thanh Tuệ - Thanh Lan, Anh chị Phổ Hành Nguyễn Văn Lành, Anh chị Bùi Trọng Nhiễm, Anh chị Tâm Khai - Diệu Đức (*chị Diệu Đức bây giờ là một sư cô cùng hai sư cô chị khai sáng chùa Sùng Nghiêm*), sau có thêm anh chị Nguyễn Văn Luân – Kim Chung; mỗi lần họp nhóm vào chiều tối Thứ Sáu có khi lên đến 30 người. Một thời gian dài sau đó, nhóm mời được quý thầy đến chủ trì và giảng pháp. Ví dụ như những lần đến phiên nhà tôi, tôi thỉnh mời được, nào là thầy Thích Thắng Hoan, Thầy Thích Duy Lực và thầy Thích Chơn Thành mỗi thầy đến chủ trì và sinh hoạt cùng với nhóm một lần. Đến phiên nhà anh Thanh Tuệ, mời được thầy Quảng Thanh. Sau khi kết thúc buổi sinh hoạt, nhóm thường được gia chủ khoản đãi bữa ăn tối nhẹ thường là món cháo chay. Vừa học Phật, vừa được trao đổi kinh nghiệm hành trì lại được ăn cháo chay thật vui và thấm đẫm tình đạo vị.

Sau một thời gian cùng nhau tu học, chúng tôi thấy vui và có kết quả tốt và muốn nhân rộng ra nhiều nhóm học Phật. Việc mang giáo lý Đức Phật đến với mọi người qua việc tu học, nhóm có thể giúp ích được nhiều người vì trong hoàn cảnh nơi xứ người chùa chiền chưa có, sách giáo khoa Phật học cũng không.

Rồi vì hoàn cảnh công ăn việc làm, di chuyển chỗ ở và khoảng cách địa lý nên việc học nhóm của chúng tôi cũng thất thường, khi có khi không. Tuy vậy, cũng từ kinh nghiệm nhóm học Phật này tôi nhận ra rằng việc phổ biến giáo lý của Đức Phật là điều tối thượng hơn hẳn so với những việc khác, ít nhất là trong hoàn cảnh bấy giờ. Chính vì ý nghĩ này, cộng thêm với ý tưởng tôi đã có từ khi còn học ở đại học là cần lập trình xây dựng một thư viện điện tử trực tuyến (*Digital Library*) cho thư viện trường đại học tôi theo học hồi đó, nay áp dụng trong phạm vi một tổ chức nhỏ. Mục đích chính ban đầu là để những thành viên giao lưu với nhau và sau là lưu trữ kinh sách và tài liệu Phật học nhằm đáp ứng nhu cầu tìm kiếm và đọc kinh sách trực tuyến của nhiều người ở mọi nơi và mọi lúc. Mọi người có thể tìm kiếm bất cứ cuốn sách nào mình muốn, cũng có thể download sách đó qua dạng văn bản pdf về máy nhà một cách nhanh nhất và tốt nhất. Lý tưởng hơn là, từ mọi nơi trên thế giới, mọi ngõ ngách của quả địa cầu, ai cũng có cơ hội tiếp cận thông tin một cách bình đẳng, không phụ thuộc vào vị trí địa lý, thời gian. Trong một chương khác tôi sẽ nói rõ hơn về công trình này.

Qua nhóm học Phật và tự tìm tòi học hỏi tôi đã thấu hiểu được nền tảng căn bản giáo lý nhà Phật, thấu hiểu được giáo lý Duyên Sinh Khởi, giáo lý Tánh Không, quy luật vô thường và nhân duyên quả. Tôi đã nhận thức sớm rằng cuộc sống vui, buồn, sướng, khổ của thế gian này không phải do đức Phật hay đấng thần linh nào ban phát mà do nghiệp lực vận chuyển từ vô thủy của chúng sinh. Đức Phật không sáng tạo, không tác động làm thay đổi thế giới vật lý này. Đức Phật không dạy cách biến cát thành cơm, biến kẻ tội ác thành thánh hiền, biến kẻ đui mù thành mắt sáng, biến kẻ què cụt thành lành lặn mà Đức Phật chỉ dạy phương pháp tu hành khiến con người thoát khỏi khổ đau và sống cuộc đời thánh thiện.

Cũng qua các sách Phật học tôi đã được đọc, đã nghiên cứu và qua các buổi thuyết giảng Phật pháp của quý thầy tu theo Phật giáo Bắc Truyền và Nam Truyền ở quê nhà, tôi đã tự hiểu và phác họa một bức tranh tổng thể Phật Giáo, thấu hiểu được Phật giáo Nguyên thủy (*Early Buddhism*) là dòng suối đầu nguồn, nơi mọi truyền thống đều tìm thấy bóng dáng của Đức Phật. Từ dòng suối ấy, hai con đường lớn mở ra song hành: Theravāda nơi phương Nam, giữ gìn lời dạy nguyên thủy bằng tiếng Pāli; và Mahāyāna nơi phương Bắc, khai triển lý tưởng Bồ-tát để mở rộng cánh cửa từ bi. Mỗi truyền thống là một nhánh sông mang theo sắc thái riêng, cùng chảy về biển lớn của trí tuệ và giải thoát. Theravāda và Mahāyāna không phải là rễ–thân–cành, mà là hai con đường song hành về giải thoát. Phật giáo chính là một biển lớn: mọi dòng chảy đều cùng hướng về trí tuệ và từ bi.

Đó là những điều tôi đã thâm hiểu, đã khiến tôi đến với đạo Phật, đã "giác ngộ" với đạo Phật và đang đi trên con đường mà Ngài đã kinh qua.

Tôi cũng đã thấu hiểu được giáo lý thâm sâu của đạo Phật qua 12 chữ mà thoạt đầu tưởng như dễ: *Chư ác mạc tác, Chúng thiện phụng hành, Tự tịnh kỳ ý*. Tức là Không làm điều ác, Siêng làm điều lành, và Tự thanh tịnh tâm. Và để *"tự tịnh kỳ ý"* tôi phải trải qua một tiến trình dài qua nhiều pháp môn hành trì mà cho đến bây giờ khi viết những dòng chữ này tôi vẫn còn tiếp tục thực hành tham thiền để tự mình tự tịnh kỳ ý, tự mình thanh tịnh hóa tâm.

Hy vọng một ngày không xa, tôi sẽ qua được bờ bên kia, vượt ra ngoài vòng sinh tử luân hồi. Nơi đó không có sanh tử, không có thiện ác, không có giầu nghèo, không có giai cấp, không có trí ngu, không có thị phi, không có tốt xấu, không có mâu thuẫn, không có tất cả danh tự và hình thức của tương đối.

CHƯƠNG 10
HÀNH TRÌNH VƯỢT QUA BỜ BÊN KIA

Thời gian trôi qua thật mau, đúng như người xưa thường nói thời gian như bóng câu qua cửa sổ. Thế là thấm thoắt đã hơn 80 năm trôi qua, từ năm tôi ra đời, lên 11 tuổi chập choạng bước đi trong bóng đêm, theo chân thầy mẹ tôi trốn thoát khỏi một làng quê miền châu thổ sông Hồng đất Bắc vào miền Nam tìm tự do; để rồi 21 năm sau lúc tôi 32 tuổi một lần nữa phải tự mình tìm đường vượt thoát gông cùm xiềng xích bởi cộng sản nơi quê nhà đi tìm hai chữ tự do nơi xứ lạ.

Đến nay bước vào tuổi 84, tôi tự hỏi đã trải nghiệm được gì trong suốt quãng đường đời đã đi qua? Có tìm được đúng nghĩa tự do không? Vượt thoát được chế độ độc tài cộng sản, nhưng liệu có vượt thoát được mọi gông cùm nô lệ khác không? Có thoát ra khỏi lầu son gác tía được không?

Đó là những câu hỏi không phải tôi hỏi ở mốc thời gian này mà là ở mỗi thập niên đường đời tôi đã kinh qua. Tôi vẫn luôn trăn trở và khao khát đi tìm ý nghĩa và sự tự do thực sự cho đời mình.

Thú thật hai chặng đường đầu, hai lần trốn thoát cộng sản đã cho tôi được hưởng cơm no áo ấm, thanh bình và tự do trong một ý nghĩa nhất định nào đó nhưng chưa phải là cái tự do tối hậu, một thứ tự do tuyệt đối mà tôi đang kiếm tìm.

Tôi biết không riêng tôi, mà hễ là con người thì ai cũng mong muốn có được tự do, tự do mưu cầu hạnh phúc, tự do an sinh và mong muốn có được cuộc sống thoải mái mà không bị ai chi phối, hay bị thống trị bởi bất cứ thế lực nào. Tuy nhiên, theo tôi nghĩ, tự do cá nhân của mỗi người phải là thứ tự do không dẫm đạp lên tự do của người khác, không gây đổ vỡ cho người khác. Và có một điều chắc chắn là con người không thể đạt được hạnh phúc nếu thiếu tự do.

Sự thiếu tự do làm cho con người mất đi những năng lực cơ bản và trở thành những sinh vật luôn bị phụ thuộc, nhất là **phụ thuộc vào những nhận thức bị áp đặt**. Vì thế tôi luôn luôn khao khát tự do và kiếm tìm tự do.

Tuy nhiên, sống trong một thế giới tương đối, con người là một thành viên của cộng đồng xã hội nên tự do phải bị giới hạn trong nhận thức và hành động bởi những quy luật của cuộc sống bao gồm luật của tự nhiên và luật của các tổ chức cộng đồng xã hội. Điều này cũng là điều phải vì theo triết lý Phật giáo, con người không thể sống một mình đơn độc mà không phụ thuộc vào môi trường xung quanh và trong mối liên hệ với các cá nhân khác, con người cũng không ai có khả năng nhận thức được hoàn toàn, và cũng không ai sống mà tuyệt đối không phụ thuộc về vật chất hoặc tinh thần với người khác, với chúng sinh hữu tình lẫn vô tình khác.

Tuy nhiên, từ tận thâm sâu trong tâm hồn, con người luôn ẩn chứa lòng tham muốn. Nếu lòng tham muốn không được thỏa mãn, con người sẽ đau khổ. Hơn nữa, lòng tham muốn là vô cùng tận, nên con người không bao giờ thỏa mãn với những gì mình có, do đó lòng tham chi phối chúng ta, sai sử chúng ta, không để chúng ta được tự do.

****

Kinh qua những biến thiên của cuộc đời, những thăng trầm của cuộc sống, tôi đã hiểu được phần nào ý nghĩa thực sự của tự do. Tự do không phải ở ngoại cảnh bên ngoài mà chính là ở trong nội tâm con người. Tự do chính là giải thoát những trói buộc gông cùm trong tâm tưởng. Giải thoát khỏi ngũ dục lục trần ngoại cảnh luôn luôn hấp dẫn, mời gọi con người khát khao hưởng thụ và mong muốn chiếm hữu.

Tự do đích thực chính là vượt thoát lòng tham muốn. Tham muốn là một trong ba thứ thường gây khổ não cho con người: tham lam, sân hận, và si mê. Theo đó, tham đứng hàng đầu, tuy nhiên phàm là con người ở đời, ai cũng có lòng tham, chỉ có điều tham nhiều, tham ít hay không tham. Từ tham mới nổi lên sân hận, mới khiến con người si mê u tối, từ đó gây nên nghiệp ác. Cội gốc của tham, sân và si là do chấp ngã, chấp cái ta và cái của ta là thật và to lớn hơn mọi người. Do đó, muốn hết sân giận phải phá trừ chấp ngã. Muốn phá trừ chấp ngã chúng ta phải quán chiếu thấy nó vô thường, duyên hợp tạm có rồi tan, thấy rõ như thế, niệm chấp ngã từ từ tiêu tan. Như vậy, không tham, không sân và không si chính là chìa khóa mở cửa **tự do đích thực** cho con người. Tự do đích thực **lại là** thái độ **tư duy không còn dính mắc**, dính mắc ở trong tâm và dính mắc ở bên ngoài ngoại cảnh.

Đây là một điều vô cùng khó, ví dụ như khi làm một điều thiện hay một điều ác ta phải cân nhắc đắn đo, phải biết đó là điều thiện hay điều ác, và nên làm điều thiện không nên làm điều ác.

Làm sao biết rõ việc nào thiện, việc nào ác. Có những điều mà ở thời buổi này, địa phương này, tôn giáo này, xã hội này cho là điều thiện; ở thời buổi khác, địa phương khác, tôn giáo khác và xã hội khác cho là điều ác.

Trong đạo lý nhà Phật cho biết việc làm mang lại lợi ích cho người khác, đó gọi là thiện; việc làm chỉ mưu cầu lợi ích riêng cho bản thân mình, đó gọi là ác. Nếu có thể mang lại lợi ích cho người khác, thì việc bị mắng nhiếc, nhục mạ cũng đều là thiện. Nói một cách ngắn gọn, thiện là những suy nghĩ, lời nói và việc làm đem đến lợi ích cho mình, cho người và cho những loài sống khác, và ngược lại là ác hay là bất thiện.

Tuy nhiên, vì sống trong thế giới tương đối nhị nguyên, ta cũng phải hiểu thiện ác, cũng như mọi thứ trên đời chỉ là tương đối - thiện của người này có thể là ác của người kia, thiện đời trước có thể là ác đời nay, và thiện đời nay có thể là ác đời sau, hoặc hiểu kỹ thì chẳng thiện mà cũng chẳng ác. Cho nên giáo lý thậm sâu của nhà Phật nói rằng không nên chấp vào thiện ác, dù rằng vẫn cố gắng hết sức mình làm thiện và không làm ác. Và đó là tự do, không bị trói buộc. Đó là một tâm trí không còn dính mắc, một tâm trí tự do đích thực và tuyệt đối. Suy ra những thứ khác cũng tương tự, như ta cho rằng trong cuộc đời ta đã làm nhiều việc thiện, tạo bao công đức cho đời, đó là vướng mắc. Nếu còn một người ta ghét hay ta thương dù chỉ trong tâm tưởng, đó là vướng mắc. Nếu còn tin vào chánh tà hay thiện ác, đó là vướng mắc. Nếu còn tin vào si mê và giác ngộ, đó cũng là còn vướng mắc…

Và đó cũng chính là giáo lý cốt tủy của nhà Phật. Giáo lý đó dạy rằng không được bám víu vào bất cứ thứ gì. Hay nói một cách ngắn gọn là "**không dính mắc**". Không dính mắc vào bất cứ thứ gì mới đạt được **tự do tuyệt đối.** Để Tâm vô sở trụ, tức là tâm không trụ vào đâu cả, không còn dính mắc, bám víu vào bất cứ cái gì nữa, điều mà kinh Kim Cang nói: "Ưng vô sở trụ nhi sanh kỳ tâm".

****

Trong một kỳ học nhóm – nhóm học Phật của chúng tôi, sau khi chia xẻ với các thành viên trong nhóm về những điều trên thì có một thành viên hỏi làm thế nào để thực hành điều mà sách vở gọi là cốt tủy của Phật giáo "***không dính mắc***". Một câu hỏi vô cùng hay và câu trả lời là một cẩm nang tu tập, đòi hỏi hành giả phải hạ quyết tâm hành trì.

Chính Đức Phật dạy trong kinh Kim Cang: "***Ưng vô sở trụ nhi sanh kỳ tâm***" – nghĩa là không nên trụ vào sắc, thanh, hương, vị, xúc, pháp; không trụ vào tài sản, danh lợi, ngã, nhơn, chúng sanh, thọ giả… mà sanh tâm phân biệt, chấp thủ ngã tướng. "Không trụ" ở đây không có nghĩa là nhắm mắt, bịt tai giữa cuộc đời, cũng không phải xa lánh hay chạy trốn cuộc đời, mà chính trong cuộc sống hàng ngày này, ngay tại đây, ta vẫn hít thở, vẫn sống, vẫn nhìn, vẫn nghe… Nghĩa là, đối với năm giác quan, ta vẫn sử dụng nhưng sử dụng chúng với một cách khác, thấy biết nhưng không dính mắc. Nhìn chỉ là nhìn, nghe chỉ là nghe, ngửi chỉ là ngửi, nếm chỉ là nếm mà thôi. Như Đức Phật từng dạy: "*Trong cái thấy, sẽ chỉ là cái thấy; trong các nghe sẽ chỉ là cái nghe; trong cái thọ, tưởng sẽ chỉ là thọ, tưởng; trong cái thức tri sẽ chỉ là cái thức tri. Như vậy là đoạn tận khổ đau".*

Nói một cách khác **không trụ** là đừng để sáu căn (*nhãn, nhĩ, tỷ, thiệt, thân và ý*) nhiễm dính với sáu trần (*sắc, thanh, hương, vị, xúc và pháp*). Tức là mắt thấy sắc nhưng đừng bị sắc trói buộc, đừng dính với sắc. Tai nghe tiếng nhưng đừng để tiếng lôi cuốn, đừng dính nhiễm với tiếng. Mũi ngửi mùi nhưng đừng bị mùi trói buộc, đừng dính mắc với mùi. Lưỡi nếm nhưng đừng bị vị trói buộc, đừng dính mắc với vị. Thân xúc chạm dù cho êm ái nhẹ nhàng vui thích hay thô nhám khó chịu cũng đừng để bị dính trói buộc, đừng dính mắc với xúc. Ý duyên với pháp trần không bị pháp trần lôi dẫn, không dính mắc với pháp trần.

Một câu hỏi khác được nêu ra là làm thế nào để sáu căn không nhiễm dính với sáu trần? Làm sao mắt thấy sắc không dính với sắc, tai nghe tiếng không dính với tiếng, mũi ngửi mùi không dính với mùi?

Đức Phật dạy rồi như đã nói trên: Nhìn chỉ là nhìn, nghe chỉ là nghe, ngửi chỉ là ngửi, nếm chỉ là nếm mà thôi. Chúng ta chỉ ghi nhận xuông mà thôi, như **máy ảnh ghi hình**, không thêm, không bớt, không phán xét, phê bình hay giải thích, không lấy sở tri tức kiến thức cũng như phiền não làm nền tảng cho cái biết ấy. Các căn trần còn lại cũng như vậy.

Hãy để ý, Khi chúng ta tơ tưởng về một cái gì đó, tức là dùng ý nghĩ để bám vào cái đó. Không bám vào cái đó tức là ly niệm. Không dính vào có hay không, không phản ứng, không phán xét, không can thiệp đối với hiện tượng vật lý và trạng thái của tâm khi chúng tiếp xúc với sáu giác quan (*thức là giác quan thứ sáu*).

Ví dụ, khi một niệm thiện vừa sinh khởi, ta chỉ nên ghi nhận "*một niệm thiện vừa sinh khởi*". Khi một niệm bất thiện sinh khởi, ta chỉ nên ghi nhận: "*một niệm bất thiện vừa sinh khởi*". Đừng lưu giữ hoặc xua đuổi nó, đừng yêu thích nó, cũng đừng ghét bỏ nó. Hãy chỉ ghi nhận nó thôi là đủ. Nếu nó đã đi rồi thì biết nó đã đi rồi. Nếu nó còn đó thì biết nó đang còn đó. Yêu thích hay ghét bỏ, lôi kéo hay xua đổi là tâm dính mắc, là đi theo nghiệp, là ở trong trầm luân sanh tử không giải thoát được. Ngược lại tâm không dính mắc, tâm vô sở trụ, là giải thoát sanh tử, là Niết bàn. Rõ ràng như vậy.

Tương tư như thế, trong một dịp tham dự khóa tu tại một thiền viện Hoa Kỳ theo tông Tào Động Nhật Bản tại núi Shasta, (*Tu viện Shasta Abbey*) cực Bắc bang California, chúng tôi được một vị giáo thọ sư người Mỹ hướng dẫn thiền tập như sau:

"*Khi chúng ta tọa thiền có nghĩa là mọi ý nghĩ phải ngưng bặt và đầu óc trống rỗng phải không? Không, dĩ nhiên là không phải thế. Khi mà chúng ta còn sống thì các ý nghĩ khởi lên là điều tự nhiên, ngay cả khi tọa thiền cũng vậy. Điều quan trọng là để chúng tự đến và tự đi mà ta không theo đuổi chúng hoặc dẹp trừ chúng. Hãy coi chúng như những đám mây trên trời, chúng đến rồi tự động đi. Niệm có khởi thì chỉ cần không chạy theo chúng, không dính mắc, không nắm chặt lấy chúng, cũng không cần phải lo diệt trừ chúng.*"

***

Và cuộc hành trình đi tìm tự do đích thực của tôi đã khởi đi từ những năm tháng ổn định cuộc sống. Tôi đã được trang bị tạm đủ hành trang lên đường cùng với bản đồ chỉ đường của Đức Thế tôn. Không như hai lần vượt thoát trước, có thầy me tôi và chú Ức tôi dẫn đường và lần thứ hai đi cùng với bạn, đi cùng với số đông người, lần này tôi phải lên đường một mình và chỉ một mình mà thôi.

Con đường tôi đang đi, không xa lạ gì, chính là đường vào nội tâm, là con đường vượt ra ngoài hiện tượng thế gian, đi đến chỗ vô sanh, bất tử, không còn phiền não, giải thoát mọi khổ đau, đoạn diệt hoàn toàn mọi tham ái, không còn sân hận và vô minh. Đó là con đường dẫn đến tự do hoàn toàn, đưa đến hạnh phúc chân thật mãi mãi.

Và muốn được vậy thì phải buông bỏ mọi hành trang. Buông bỏ càng nhiều thì hạnh phúc, an lạc trong tâm càng lớn. Buông bỏ đến khi không còn thứ gì, kể cả ý niệm buông bỏ là tới bờ bên kia.

Giờ đây, khi bước vào những năm cuối đời, tôi không còn tìm

kiếm một nơi để đến.Vì tôi biết rằng: quê hương đích thực không nằm ở một vùng địa chính trị, mà nằm ở một tâm không còn bị trói buộc, một tâm hoàn toàn tự do, tịch tĩnh và vắng lặng.

Tôi đã lên đường, đã đi và đang đi. Tiến trình vẫn đang tiếp diễn cho đến ngày tôi qua được bờ kia.

.

CHƯƠNG 11
VỀ THĂM ĐẤT PHẬT
BỐN ĐIỂM ĐẾN LÀM RUNG ĐỘNG TRÁI TIM NHÂN LOẠI

Sau chuyến phi hành dài 21 giờ bay bằng máy bay của China Eastern Airlines từ thành phố Los Angeles, quá cảnh tại phi trường quốc tế Phố Đông (Pu Dong), Thượng Hải, chúng tôi đã tới phi trường quốc tế Indira Gandhi ở New Delhi vào hồi 2 giờ 30 sáng ngày 21 tháng 2 năm 2011, để bắt đầu cuộc hành hương tìm về đất Phật kéo dài 21 ngày rồi sau đó là cuộc hành trình đặc biệt đi viếng thăm Đức Đạt Lai Lạt Ma ở cực Bắc Ấn Độ kéo dài thêm 3 ngày 2 đêm.

New Delhi, trời cuối tháng hai mát dịu, nhiệt độ ban đêm khoảng bảy mươi lăm độ F, tôi không có cảm giác bị cái nóng hừng hực như hồi đến Sài Gòn cách đây vài năm vào một sáng cuối mùa Xuân. Đặt chân xuống phi trường, tôi thấy lòng mình nao nao. Bao nhiêu lần dự định tới đây, đều bị hoãn lại do nhân duyên chưa hội đủ. (*hình trên: Sư cô Liên Quý đón chúng tôi tại phi trướng)*

Trong bốn điểm đến quan trọng nhất liên quan đến cuộc đời của Đức Phật mà chúng tôi tìm về, gọi là Tứ động tâm, chỉ có Lumbini (Lâm Tỳ Ni) – nơi Đức Phật đản sinh là thuộc nước Nepal, còn ba nơi khác ngày nay đều nằm trên lãnh thổ Ấn Độ.

Lumbini (Lâm Tỳ Ni) thuộc xứ Ca Tỳ La Vệ (Kapilavatthu), là nơi hoàng tử Siddhartha (Tất Đạt Đa) cất tiếng chào đời. **Kushinagar** (Câu Thi Na) thuộc xứ cộng hòa Malla ngày xưa (bang Bihar ngày nay) là nơi Đức Phật nhập Vô dư Niết bàn ở tuổi tám mươi. Hai nơi này là chứng tích cũng như là chứng nhân lịch sử để nói lại cho nhân loại biết rằng Đức Phật không phải là đấng thần linh hay tạo hóa, Ngài cũng là một con người bình thường như bao nhiêu người trần khác, cũng có sinh và có tử.

Hai nơi đặc biệt quan trọng khác: **Bồ Đề Đạo Tràng** (Bodhgaya) thuộc xứ Ma Kiệt Đà (Magadha), nơi hoàng tử Siddhartha, sau bao thăng trầm trong cuộc tìm kiếm chân lý, đã ngồi nhập định dưới gốc cây bồ đề 49 ngày đêm và thành đạo. Sau đó Người đã vượt 250 cây số đường rừng để tới **Vườn Lộc Uyển** (Sarnath) thuộc xứ Ba la Nại (Benares) giảng bài kinh đầu tiên cho năm anh em Kiều Trần Như cũng là năm tín đồ đầu tiên của Phật giáo.

Vì bốn địa điểm Phật tích cách nhau rất xa, để tiện cho chuyến đi chiêm bái, lộ trình được ấn định đi bằng xe lửa từ thủ đô New Delhi đến Varanasi (Ba La Nại) viếng thăm nơi Đức Phật chuyển pháp luân tại Vườn Lộc Uyển trước. Sau đó dùng xe bus đi đến Bồ Đề Đạo Tràng cách khoảng 250 cây số.

Khi đến phi trường IGI airpot, ban tổ chức cuộc hành hương đón chúng tôi về khách sạn để nhập cùng với đoàn do thầy Thích Thông Hạnh, trưởng đoàn và thầy Thích Trúc Thông Phổ, phó trưởng đoàn cùng khoảng 70 Tăng ni và Phật tử, bay từ Việt Nam, một số khác bay từ Úc, từ Canada, từ các bang ở Mỹ và chúng tôi từ bang California. Tổng cộng là 92 người. Tất cả gặp nhau tại New Delhi để bắt đầu cuộc hành hương tìm về đất Phật.

Ấn Độ là nước đông dân thứ nhì trên thế giới, với dân số trên một tỷ người và lớn hàng thứ bảy về diện tích. Ấn Độ có nền văn minh Ấn hà phát triển rực rỡ cách đây 5 nghìn năm, là nơi sinh trưởng của bốn tôn giáo quan trọng trên thế giới: Ấn Độ giáo, Phật giáo, Jaina giáo hay còn gọi là Kỳ Na giáo và Sikh giáo.

Mặc dù là nơi sinh ra Phật giáo, nhưng hiện nay, hình ảnh của đạo Phật dường như chỉ còn hiện hữu ở một ít nơi trên đất Ấn. Theo thống kê mới nhất (2011) của chánh phủ Tân Đề Li thì tín đồ **Phật giáo,** một tôn giáo ra đời ở Ấn Độ nhưng có tỷ lệ tín đồ tương đối nhỏ trong nước,chỉ có **0,7%**, tức **chưa tới một phần trăm dân số**, trong khi đó có 79,8% dân Ấn theo Ấn giáo (Hindu), tôn giáo chính và chiếm đa số tuyệt đối tại Ấn Độ, 14,2% theo Hồi giáo (Islam), 2,3% theo đạo Thiên Chúa,1,7% theo đạo Sikh, và 0,37% theo Kỳ Na giáo (Jainism), một tôn giáo cổ đại của Ấn Độ.

****

VƯỜN LỘC UYỂN

Sau gần một ngày nghỉ ngơi, đoàn gồm 92 người gồm đủ tứ chúng Phật tử được chuyển vận ra nhà ga xe hỏa New Delhi đi Varanasi khi thành phố sắp lên đèn để đáp chuyến tầu hỏa đêm, khởi đầu cuộc hành trình chiêm bái các thánh tích Phật giáo. Lộ trình này mất khoảng 13 tiếng, đoạn đường dài nhất của chuyến đi.

Varanasi mà trước đây có tên là Benares (Ba La Nại) là một thành phố lớn nằm bên bờ sông Hằng huyền thoại và thần bí của bang Uttar Pradesh, thuộc miền trung bắc Ấn Độ về phía đông nam thủ phủ Lucknow (cách Lucknow 199 miles), có dân số trên 1 triệu người, một thành phố tồn tại liên tục trên 4 ngàn năm qua với những đền đài Ấn giáo nguy nga và đồ sộ. Nó được người dân gọi là thành phố đền đài và được xem là một thành phố linh thiêng nhất trên thế giới của Ấn Độ giáo (Hindu).

Qua một chặng đường khá dài, ngủ gà ngủ gật trong đêm, xe lửa đã đưa chúng tôi đến Varanasi vào buổi sáng khi thành phố vừa thức giấc. Đòan xe van đã chờ sẵn đón chúng tôi đi thẳng đến khu vườn **Lộc Uyển** (Sarnath) cách Varanasi khỏang 12 cây số, nơi đức Phật Thích Ca Mâu Ni chuyển bánh xe pháp đầu tiên, thuyết về bốn chân lý nhiệm mầu cho năm anh em Kiều Trần Như,

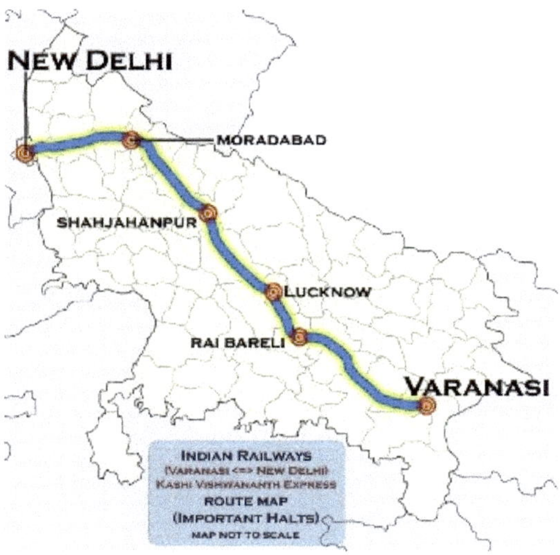

nhóm đồng tu khổ hạnh trước khi Ngài giác ngộ dưới cội Bồ Đề.

Trên đường đến vườn Lộc Uyển, chúng tôi ghé thăm tháp Hạnh Ngộ (Chaukhandi). Tháp Hạnh Ngộ là một trong những tháp quan trọng của Phật giáo ở khu vườn Lộc Uyển Sarnath. Tháp được xây trong khoảng từ thế kỷ thứ 4 đến thứ 6, bằng gạch hình vuông, xung quanh được bao quanh bởi một tháp hình tám cạnh. Đây là nơi ghi dấu kỷ niệm Đức Phật đã gặp lại năm anh em Kiều Trần Như, năm người bạn đồng tu với Ngài trước khi ngài thành đạo.

Trong những năm gần đây tháp Hạnh Ngộ đang được phục hồi như trong hình. Thầy Thích Trúc Thông Phổ phó trụ trì Thiền Viện Trúc Lâm Tây Thiên (Vĩnh Phúc), đã giảng thuyết về ngôi tháp lịch sử này trước 92 thành viên từ Việt Nam, Hoa Kỳ, Úc và Canada.

****

Sau bữa cơm chay đạm bạc tại một nhà hàng địa phương vào buổi trưa chúng tôi được hướng dẫn đến thăm viếng **Vườn Lộc Uyển**. Nơi đây là một khu vườn rộng với cây cảnh xanh tươi, trong đó có tháp Chuyển Pháp Luân (Dhamekh stupa) rất lớn. Theo sử kể lại, năm tuần sau khi Đức Phật thành đạo tại Bồ Đề Đạo Tràng Ngài đã đi bộ vượt hơn 250 km, ngang qua sông Hằng để đến Sarnath tìm gặp năm người bạn đồng tu cũ và Ngài đã thuyết bốn chân lý nhiệm mầu, được gọi là kinh Chuyển Pháp Luân cho họ. Và tại đây, tổ chức Tăng già của Phật giáo đã hình thành, và cũng từ đây, những người con Phật có đầy đủ ba ngôi Tam bảo: Phật, Pháp, Tăng. Đức Phật ở lại vườn Lộc Uyển suốt mùa mưa đầu tiên để tiếp tục giảng pháp cho những ai đến với Ngài.

"Này các Tỳ kheo, có hai cực đoan mà bậc xuất gia phải tránh: một là lợi dưỡng vốn hạ liệt, tục lụy, phàm phu,

không thánh thiện, không lợi lạc; hai là khổ hạnh cũng không thánh thiện, không lợi lạc lại khổ đau. Từ bỏ hai cực đoan này, Như Lai thực hành Trung Đạo chứng đạt pháp nhãn, tuệ giác, tịnh trí, thắng trí, giác ngộ, niết bàn".

Đó là lời mở đầu của bài kinh *Chuyển pháp luân*, bài kinh đầu tiên mà Đức Phật thuyết cho năm anh em ông Kiều Trần Như tại Sarnath (Vườn Nai - Lộc Uyển).

Theo sử liệu, tháp Chuyển Pháp Luân là ngôi tháp Phật giáo lớn nhất trong vùng. Tháp được xây cất bởi hoàng đế A Dục Mauryan vào khoảng thế kỷ thứ 3 trước công nguyên. Tháp nguyên thủy có chiều cao 15 mét và đường kính 50 mét. Tháp được trùng tu 6 lần và mỗi lần trùng tu đều làm rộng và lớn ra. Tiếc thay, vào năm 1794 chính quyền thành phố Varanasi ra lệnh tháo gỡ tất cả gạch để dùng làm vật liệu xây dựng đền đài chỗ khác. Hiện nay chỉ còn nền móng. Khi tháo gỡ, một số ngọc xá lợi chứa trong hộp đá quý đã được tìm thấy trong tháp và đã được rải xuống sông Hằng. Hộp không đang được trưng bày tại Indian Museum ở Calcutta.

Tháp Chuyển Pháp Luân ngày nay (còn gọi là Dhamekh hay Dhamekha) được xây dựng vào năm 500 SCN để thay thế một cấu trúc trước đó do vua A Dục Mauryan xây dựng vào năm 249 TCN như kể trên, cùng với một số di tích khác, để tưởng niệm các hoạt động của Đức Phật trong vị trí này. Bảo tháp có nguồn gốc như gò tròn bao quanh bởi đá lớn. Vua A Dục xây dựng tháp để đặt một số ngọc xá lợi và di tích khác của Đức Phật bên trong.

Trong hình dạng như hiện nay, bảo tháp là một hình trụ vững chắc của gạch và đá đạt đến một chiều cao 43,6 mét và có đường kính 28 mét. Nó là cấu trúc lớn nhất ở Sarnath. Ngài Huyền Trang, khi chiêm bái nơi đây đã ghi lại tháp có chiều cao 91 mét tức khoảng 300 feet và có khoảng 1.500 tăng sĩ tu hành.

Ngoài ba bảo tháp vừa kể, trong vườn Lộc Uyển còn có di tích của Tịnh xá Mulagandhakuti (Tịnh xá Hương Thất), nơi Đức Phật an cư trong mùa mưa đầu tiên của Ngài. Tịnh xá Mulagandhakuti hiện nay là một tu viện được xây vào năm 1930 của tổ chức Sri Lanka Mahabodhi Society, với những bức tranh tường tuyệt đẹp. Nơi có bức tượng Phật Chuyển Pháp Luân rất đẹp và dưới bảo tọa có một viên xá lợi của Đức Phật được tôn trí tại đây, mỗi năm chùa chỉ mang ra một lần để mọi người chiêm bái và đảnh lễ. Bên cạnh đó, dưới cội cây Bồ đề, có tượng Đức Phật đang giảng pháp và năm anh em Kiều Trần Như ngồi chung quanh. Chung quanh cây Bồ Đề, có 28 tượng Phật tượng trưng cho 28 vị Phật trong quá khứ, có những bài Kinh Chuyển Pháp Luân được khắc 12 thứ tiếng trên miếng đá quý, trong đó có bài kinh bằng tiếng Việt.

Chúng tôi được tham dự một buổi lễ dâng hương, tụng kinh và đi nhiễu ba vòng chung quanh tháp Chuyển Pháp Luân dưới sự chủ lễ của thầy Phó Trụ Trì Trúc Lâm Thiền Viện Thường Chiếu (Đồng Nai), thầy Thích Thông Hạnh trưởng đoàn hành hương.

Dưới bóng chiều êm ả của Lộc Uyển còn chút nắng vàng vương trên đỉnh tháp, chư tăng ni và Phật tử từ Việt Nam, từ hai châu lục Úc và Mỹ đã tụ hội nơi đây thành kính dâng hương đảnh lễ tưởng niệm công ơn sâu dày của đấng Từ Phụ. Người đã làm rung chuyển đất trời trong khu vườn nai thanh u tịch mịch trên hai ngàn sáu trăm năm về trước và còn vang vọng đến hôm nay. Tiếng tụng kinh bằng tiếng Việt hòa nhịp theo tiếng mõ âm vang trong khuôn viên Lộc Uyển đã làm tôi bồi hồi xúc động. Sau đó chúng tôi đã thăm viếng nền tháp cũ ở bên cạnh. Nơi đây chỉ còn nền gạch xưa cũ, chứng tích của thời gian và sự biến đổi theo quy luật của thành trụ hoại không như lời giảng dạy của Đức Bổn Sư Thích Ca Mâu Ni.

Sáng sớm hôm sau khi trời hãy còn tối, đoàn đến thăm Sông Hằng cho biết. Đây không phải là Phật tích, nhưng là một dòng sông nổi tiếng trên thế giới nói chung và Ấn Độ nói riêng. Đoàn đã dùng thuyền ngắm cảnh rạng đông trên sông. Mặc dầu sông này rất dài nhưng chỉ có một đoạn chừng vài cây số chảy ngang qua thành phố Varanasi được người Ấn Độ cho là khúc sông linh thiêng. Theo **tín ngưỡng Hindu**, tắm trên sông Hằng được xem là gột rửa mọi tội lỗi, và nước sông được sử dụng rộng rãi trong các nghi lễ thờ cúng. Uống nước sông Hằng trước khi chết là một điềm lành. Nhiều người Hindu đã yêu cầu được hỏa thiêu ở dọc hai bên sông Hằng và lấy tro thiêu xác của họ rải xuống dòng sông. Thuyền bè du khách, người hành lễ tôn giáo, tắm gội, cầu nguyện đã tạo ở đây một khung cảnh tấp nập, nhộn nhịp. Những phật tử từ Việt Nam đến đây cũng góp lời cầu nguyện cho những người đã khuất và cho thế giới thanh bình trên khúc sông thiêng này.

****

BỒ ĐỀ ĐẠO TRÀNG (BODH GAYA)

Địa điểm quan trọng thứ hai của chuyến hành hương là Bồ Đề Đạo Tràng (Bodh Gaya), nơi Đức Phật thành đạo.

Từ **Varanasi** đoàn chúng tôi dùng ba chiếc xe bus lớn khởi hành đi **Bodh Gaya**. Hai thánh địa chỉ cách nhau khoảng 250 km thế mà phải mất khoảng 7 tiếng đồng hồ di chuyển. Thời xưa, Đức Phật đi bộ xuyên rừng băng sông chắc phải mất nhiều ngày. Ngày nay, chúng tôi thấy rừng xưa đã hóa thành xóm làng và dòng sông Ni Liên Thiền xưa không còn nước, chỉ còn là một dãi cát dài theo biến thiên của thời gian. Chúng con xin thành kính tri ân Ngài.

Bồ Đề Đạo Tràng là vùng đất thuộc tiểu bang Bihar của Bắc Ấn. Đây là vùng đất được tín đồ Đạo Phật khắp nơi trên thế giới, coi là linh thiêng vì chính tại nơi này hơn hai ngàn năm trước, thái tử Siddhartha Gautama, sau 49 ngày đêm thiền định, đã chứng thành Phật quả. Bấy giờ, Ngài tuyên bố: "*Ta lang thang trong vòng luân hồi qua bao kiếp sống, tìm mãi mà không gặp kẻ làm nhà; đau khổ thay kiếp sống cứ tái diễn mãi! Hỡi kẻ làm nhà! Nay ta gặp được ngươi rồi; ngươi không thể làm nhà nữa. Cột và đòn tay của ngươi đều gãy cả, nóc và xà nhà của ngươi đã tan vụn rồi. Ta đã chứng*

(Ảnh chụp trước đại bảo tháp ở Bồ Đề Đạo Tràng)

đắc Niết bàn, bao nhiêu dục ái đều dứt sạch" (Kinh *Pháp cú* 153, 154).

Đoàn xe chúng tôi đến Bodhgaya vào buổi xế trưa. Đường phố ngập tràn màu áo đỏ của các tu sĩ Phật giáo Tây Tạng.

Đứng từ cổng khách sạn, chúng tôi thấy rất nhiều các tu sĩ Tây Tạng đi lại bằng đủ mọi phương tiện. Có nhóm đi bộ, có nhóm đi xe, đa số còn rất trẻ, cười đùa giởn hồn nhiên. Có thể nói Bồ Đề Đạo Tràng là nơi khá đặc biệt vì có nhiều người đến chiêm bái nhất! Lúc nào nơi đây cũng đông người. Có cả tu sĩ lẫn cư sĩ và tín đồ khắp nơi trên thế giới.

Theo lịch trình, đoàn hành hương chúng tôi lưu ngụ trong một khách sạn khá tốt có phòng ăn rộng và sảnh lobby vừa đủ để chứa được 90 người tọa thiền và nghe quý thầy giảng pháp mỗi tối trong một tuần thọ bát quan trai giới.

Mỗi sáng sớm khi đường phố chưa tắt đèn là đoàn bắt đầu đi kinh hành từ khách sạn ra Đại Tháp lễ Phật, thiền hành xung quanh tháp và tụng một thời kinh ngắn. Buổi trưa thọ trai trong im lặng ở khách sạn và buổi chiều đoàn đi thăm viếng các chùa trong vùng. Có buổi đi phát quà cho đồng bào bản xứ.

Tại Bồ Đề Đạo Tràng, từ tinh sương đến tối, luôn luôn có hàng trăm Tăng Ni, Cư sĩ Phật tử và khách hành hương đến chiêm bái. Có những vị đi theo đoàn, có những vị sư đi một mình tìm một chỗ yên tịnh đâu đó để thiền định. Nhiều người trải chiếu tại một nơi xa, hướng về cội bồ đề và đại tháp lễ lạy. Có những đoàn Phật tử nhiễu quanh đại tháp với lời tụng kinh bằng nhiều chất giọng âm vang, ngôn ngữ khác nhau. Tôi rất tiếc là không có cơ hội để ngồi yên lặng trầm tư bên cạnh cây Bồ Đề một mình vào một buổi sớm mai như dự tính và mơ ước vào lúc khởi hành chuyến đi. Cũng không thể tìm một vài lá Bồ Đề rụng làm kỷ niệm! Cũng tại nơi đây, tôi cũng có dịp quan sát cách "lạy nằm" sóng soài trên đất của các tu sĩ và tín đồ Phật giáo Tây Tạng mới thấy mức độ tín ngưỡng sùng bái của người Tạng sâu đậm đến thế nào!

Bước vào trong khuôn viên đạo tràng như lạc vào một thế giới khác. Một thế giới đầy huyền bí, hoà đồng, dù khác ngôn ngữ, khác màu da, khác y phục. Những người cư sĩ Phật tử áo mầu lam như chúng tôi trộn lẫn áo mầu trắng Phật tử các nước theo Phật giáo Theravada, cùng các tu sĩ áo vàng, áo nâu, hay áo đỏ đi từng đoàn vào lễ Phật tạo nên một mầu sắc huy hoàng diễm lệ hòa quyện vào âm thanh trầm lắng qua hệ thống micro trong hoa viên.

Buddham Sharanam Gacchami
Dhammam Sharanam Gacchami
Sangham Sharanam Gacchami.

Và hình ảnh với âm thanh như thế sáng nào cũng vậy.

Từ Bồ Đề Đạo Tràng, chúng tôi đi thăm Khổ Hạnh Lâm. Chuyến xe đưa chúng tôi đến chân núi. Từ chân núi lên đến hang đá khoảng chừng 1 cây số, ai muốn đi bộ thì đi, ai cảm thấy không đi bộ nổi thì có dịch vụ trả tiền với hai người cáng đi. Tôi còn trẻ, nên chọn phương pháp đi bộ. Hiện ra trước mắt tôi là vách đá cheo leo, dựng đứng, nhưng người ta đã làm một bậc cấp để đi lên cái hang nhỏ rộng khoảng chừng 4 mét vuông. Chính nơi này, đức Phật đã tu mấy năm và chỉ ăn mỗi ngày 1 hạt mè. Nghĩ đến đó, đôi chân tôi bất chợt quỳ xuống, hai tay chắp tại, cúi đầu đảnh lễ sát đất.

Rời Khổ Hạnh Lâm, đoàn hành hương chúng tôi thăm ngôi làng có nàng Sujata đã dâng bát cháo sữa cho đức Phật, khi ngài đuối sức bên dòng sông Ni Liên Thuyền. Dòng sông Ni Liên Thuyền không biết hồi còn đức Phật nó có nước quanh năm hay không, nhưng bây giờ dòng sông đó nghe nói chỉ có nước mấy tháng mùa đông mưa lũ, còn những tháng khác như chúng tôi đến đây vào mùa Xuân thì không có nước, chỉ thấy một dãi cát bồi.

Theo lịch trình, buổi sáng sớm ngày cuối của tuần lễ tu bát quan trai giới là lễ quy y tam bảo và nhấp kéo cắt tóc cho những ai muốn gieo duyên với Phật đạo do hai thầy trưởng đoàn và phó trưởng đoàn chủ trì dưới tàng lá cội cây bồ đề trong ánh sáng mờ ảo của sương đêm. Có khoảng 30 cư sĩ tham dự. Theo như lời giảng của thầy Thích Trúc Thông Phổ, lễ "nhắp kéo" là một buổi lễ tuyên thệ. Dưới sự chủ trì buổi lễ của nhị vị thượng tọa, người Phật tử xin phát nguyện đoạn một lọn tóc, đoạn trừ phiền não và nguyện khi hội đủ duyên lành trong đời này hay đời sau thì sẽ xuống tóc xuất gia đi tu.

****

Thế là đã qua một tuần lễ thọ Bát Quan Trai Giới tại Bồ Đề Đạo Tràng, lòng mọi người thơi thới hân hoan vì được tắm gội trong không khí linh thiêng và thanh tịnh của tập thể số đông Phật tử từ khắp nơi trên thế giới tụ về. Sáng nay chúng tôi giã từ Bồ Đề Đạo Tràng lên đường đi đến nơi đức Thế Tôn dừng chân cuối cùng...

Trên hành trình đến điểm dừng chân cuối cùng của Đức Thế Tôn, đoàn hành hương chúng tôi đến thăm thành Vương Xá dài 80 Km và từ thành Vương Xá (Rajgir) chúng tôi đến tham quan phế tích Viện Đại Học Nalanda cách đó khoảng 12 km. Đây là trường đại học Phật giáo Quốc tế đầu tiên trên thế giới, được thành lập vào thế kỷ thứ năm SCN. Trường ốc rộng mênh mông, đã bị người Hồi giáo tàn phá vào cuối thế kỷ thứ 12 Tây lịch, nay chỉ còn nền gạch đổ nát ghi dấu.

Và sau khi thăm di tích cổ trên hai ngàn năm này, chúng tôi đến thành Tỳ Xá Li (Vaishali) dài 150 km mất khoảng 6 tiếng.

Sau một đêm nghỉ ngơi, từ Vaishali, chúng tôi lên Núi Linh Thứu (Gridhakuta/ Vulture's Peak) khi mặt trời đã lên cao, không như những nơi khác mà chúng tôi đã từng thấy. Ánh nắng xuyên qua làn mây toả ánh sáng rực rỡ xuống đỉnh Linh Thứu, kết hợp lời kinh tiếng mõ trong cảnh núi u tịch, chúng tôi cảm giác như có sự hiện diện của đức Phật cùng với hàng trăm đệ tử thánh chúng của Ngài trên đỉnh Linh Thứu. Một luồng cảm xúc dâng tràn trong tôi. Theo truyền thống Phật giáo Bắc Truyền, nơi đây Đức Phật thuyết giảng nhiều kinh điển Đại thừa, nổi bật như kinh Pháp Hoa … Phật tử đảnh lễ Phật trên đỉnh núi và chiêm bái những hang động, nơi Đức Phật, Ngài A Nan, Ngài Xá Lợi Phất cư trú khi xưa. Kế đến là Trúc Lâm Tinh Xá (Venuvana), đây là khu rừng trúc do vua Tần Bà Sa La (Bimbisara) dâng cúng cho Đức Phật và Tăng đoàn trú ngụ và giảng pháp.

Hôm sau, từ giã thành Tỳ Xá Li để đến Kushinaga (Câu Thi Na) nơi Đức Phật Niết Bàn dài 230 km, mất khoảng 6 tiếng nữa.

****

KUSHINAGAR
ĐIỂM DỪNG CHÂN CUỐI CÙNG CỦA ĐỨC PHẬT

Năm 543 trước Tây lịch, vào một đêm trăng tròn tháng Magh, tại ngôi làng Beluva gần thành Vaishali, Đức Phật đã thuyết về sự vô thường của vạn pháp và tuyên bố rằng ngày niết bàn của Ngài sắp đến. Từ giã Vaishali, Đức Phật bắt đầu cuộc hành trình dài khoảng 230km, hướng về ngôi làng Pava, Kushinagar. Nơi đây, ngài đã thọ nhận bữa ăn cuối cùng của bác thợ rèn Chunda và nghỉ tại rừng cây sala bên bờ sông Hiranyavati. Sau khi hỏi trong chúng đệ tử còn có ai cần hỏi điều gì nữa không, Đức Phật đã thuyết bài pháp cuối cùng, rằng: "Hãy ghi nhớ, tất cả các pháp hữu vi đều vô thường. Hãy tinh tấn, chớ có buông lung". Thuyết xong, Ngài an nhiên thị tịch, bấy giờ Ngài vừa tròn 80 tuổi.

Sáng sớm ngày 1 tháng 3 năm 2011, chúng tôi rời Tỳ Xá Ly (Vaishali) thủ đô của xứ Cộng hòa Licchavi đầu tiên trên thế giới vào thời Phật tại thế, nơi mà Ngài đã đã thuyết về sự vô thường của vạn pháp và tuyên bố rằng ngày Niết bàn của Ngài sắp đến và đồng thời Ngài chấp thuận cho nữ giới xuất gia, thành lập Ni đoàn.

Chúng tôi đi theo vết chân Ngài hướng về Câu Thi Na (Kushinagar). Không biết ngày xưa Ngài và Tăng đoàn đã đi bộ mất bao nhiêu ngày với khoảng cách 230 km đường dài mới tới được làng **Pava** ngoại ô của Kushinagar, nhưng ngày nay nếu không tính thời gian thăm viếng ba nơi trong lộ trình, chúng tôi đi xe chỉ mất khoảng bốn tiếng đồng hồ. Chỉ nghĩ đến điều này, chúng tôi không khỏi xúc động tưởng nhớ đến công ơn sâu dày của Ngài đi hoá độ chúng sinh.

Trên đường đi về hướng Câu Thi Na, đoàn ghé thăm đảnh lễ Tháp Xá Lợi Phật Licchavi, nơi đây là một nhà mái vòm được dựng lên để che chở cho công trình khai quật tháp cổ chứa một phần tám Xá Lợi Phật dành cho bộ tộc Licchavi. Sau đó đoàn thăm viếng tháp Kesarea, nơi thờ bình bát của Đức Phật và nơi Đức Phật đã thuyết pháp cho dân Kalamas với bài kinh nổi tiếng Kālāma Sutta. Đến xế chiều chúng tôi ghé thăm di tích nhà cư sĩ Thuần Đà, cũng ở làng Pava. Hiện nay nhà không còn và nền nhà cũng không rõ nét mà chỉ là một ụ đất cao đã bị xói mòn theo thời gian.

Pava thời đức Phật là một đô thị cổ, trung tâm truyền giáo của Kỳ Na Giáo, nay là một thị trấn nhỏ, dân cư khá đông đúc cách Kushinagar khoảng 15 cây số về hướng Đông. Chính nơi đây **Phật đã thọ nhận bữa ăn cuối cùng do cư sĩ Thuần Đà** (*Cunda)* cúng dường với món ăn đặc biệt chỉ riêng ngài dùng là món sukkara-maddava (*một loại nấm mộc nhĩ*). Sau đó, Thế Tôn bị nhiễm bệnh nặng. Tuy vậy, Ngài vẫn chánh niệm, tỉnh giác, và chịu đựng cơn bệnh một cách bình thản cùng Tăng đoàn tiếp tục băng qua sông Kakuttha về Kushinagar. Ngài và Tăng đoàn nghỉ tại rừng cây sala bên bờ sông. Sau khi hỏi trong chúng đệ tử còn có ai cần hỏi điều gì nữa không, Đức Phật đã thuyết bài pháp cuối cùng rằng: *"Hãy ghi nhớ, tất cả các pháp hữu vi đều vô thường. Hãy tinh tấn, chớ có buông lung phóng dật"*. Thuyết xong, Ngài an nhiên thị tịch vào đúng nửa đêm trăng tròn tháng Vesakha (năm 483 trước Công nguyên), bấy giờ Ngài vừa tròn 80 tuổi.

Kushinagar ngày nay là một thị trấn nhỏ với 18 ngàn dân cư, nằm kế cận thành phố mới Kasia của bang Uttar Pradesh, rất gần biên giới với Nepal. Đến với thánh tích này, chúng ta sẽ được chiêm bái hai nơi thiêng liêng nhất: nơi diễn ra lễ Trà tỳ kim thân của đức Thế Tôn và nơi đức Thế Tôn Niết Bàn (*Chùa Niết Bàn với Tháp Niết Bàn: The Parinirvana Temple with the Parinirvana Stupa*). Tháp Niết Bàn có kiến trúc hình bán cầu hay kiến trúc mái vòm, sơn màu trắng, xây kín xung quanh, không có cửa ra vào, *ở trong có xá lợi Phật.* Nguyên thủy ngôi bảo tháp này được các nhà khảo cổ cho rằng, nó được xây dựng bởi vua Asoka vào thế kỷ thứ 3 trước Công nguyên.

***

Sau một đêm nghỉ ngơi tại khách sạn Lotus Nikko, cách không xa nơi thánh địa, sáng sớm hôm sau, dưới sự hướng dẫn của hai thầy trưởng đoàn và phó trưởng đoàn, đoàn đến hành lễ, tụng kinh, niệm Phật và kinh hành tại Tháp Trà Tỳ (Ramabhar stupa) nơi mà khi xưa diễn ra lễ hỏa táng Kim Thân Đức Phật. Buổi lễ tưởng niệm đã diễn ra thật trang nghiêm và cảm động.

Sau đó đoàn làm lễ dâng y tại Tháp Niết Bàn cách Tháp Trà Tỳ khoảng gần một cây số. Trong khu vực Tháp Niết Bàn, phía trước tháp có Chánh điện, tôn trí duy nhất tôn tượng Đức Phật Thích Ca nằm trong tư thế kiết tường dài sáu mét, được tạc từ đá đen, song ngày nay pho tượng được dát vàng bởi niềm tôn kính của những Phật tử từ khắp nơi trên thế giới. Pho tượng tuy đơn sơ nhưng vô cùng sống động. Đoàn chúng tôi đã đắp y lên tôn tượng, giữ chánh niệm trong từng bước chân, vừa đi vừa niệm danh hiệu Phật ba vòng quanh tượng Đức Bổn Sư, ai ai cũng bồi hồi xúc động rơi lệ như thể Đức Thế tôn vẫn đang còn nằm đó trong cuộc thiền định dài vô tận. Nhiều người đã quỳ xuống đảnh lễ Ngài, chạm trán mình hay tay mình vào chân Ngài và bật khóc, chúng tôi thấy trên khuôn mặt nhiều người ngấn lệ và có những giọt nước mắt rơi trên chân pho tượng. Ôi! Thật tiếc thay:

Khi Phật tại thế con trầm luân
Nay được thân người Phật diệt độ
Thương thay thân này nhiều nghiệp chướng
Chẳng thấy kim thân đấng Thế Tôn!

LÂM TỲ NI
KHÚC HOAN CA NHÂN LOẠI

Từ Kushinagar (Câu Thi Na) nơi Đức Phật Niết Bàn đến Lâm Tỳ Ni nơi Đức Phật Đản sanh dài 165 km, nếu đi xe hơi mất khoảng 4 tiếng.)

Điểm đến thứ tư trong Tứ Động Tâm là Lumbini (Lâm Tỳ Ni), tọa lạc tại làng Rummindei, dưới chân dãy Tuyết Sơn Himalaya hùng vĩ, cách biên giới Sonauli của Nepal - Ấn Độ khoảng 27 km. Tại hoa viên này, hơn 2.600 năm trước,

trên đường trở về quê hương Devadaha của mình, hoàng hậu Maya đã hạ sanh Thái tử Siddhartha (Tất Đạt Đa). Đó là năm 623 tr.TL, nhân loại đã hoan ca chào đón Đấng Đại giác Thế tôn ra đời.

Xuất phát từ Kushinagar (Câu Thi Na) vào khoảng xế trưa ngày 2 tháng 3 năm 2011, đoàn hành hương chúng tôi đã vượt biên giới Ấn Độ sang Nepal, nhưng mãi đến khi trời nhá nhem tối mới tới được chùa Hàn Quốc nằm trong vùng thánh địa Lâm Tỳ Ni, nơi mà chúng tôi sẽ ở lại hai đêm.

Qua ngày hôm sau chúng tôi chính thức đến thăm viếng vườn Lâm Tỳ Ni cách chùa Hàn Quốc khoảng 5 cây số.

Lâm Tỳ Ni (Lumbini) nằm trên một ngọn đồi thấp dưới chân dãy Tuyết sơn Hy Mã Lạp Sơn, cách kinh thành Ca Tỳ La Vệ xưa (nay là Kapilavastu) khoảng 25 cây số về hướng Đông, cách biên giới Ấn - Nepal 36 cây số và cách thủ đô Nepal Kathmandu 320 cây số. Nơi đây đã có một thời gian lâu dài bị lãng quên. Mãi đến ngày 1 tháng 12 năm 1896, tức là khoảng 2500 năm sau, hai nhà khảo cổ người Đức Alois A. Fuhrer và Khadga Samsher [1] mới khai quật và phát hiện tại nơi đây **một trụ đá có ghi khắc sắc lệnh của vua A Dục** (Asoka), mới biết đây là Thánh địa, nơi đản sanh Đức Thích Tôn. Trụ đá được các nhà khảo cổ dựng lại ngay trên nền nguyên thuỷ, và công tác khai quật, trùng tu và bảo trì Lâm Tỳ Ni bắt đầu từ đấy.

Khi chúng tôi tới đây quan sát thì thấy cột trụ đá có độ cao khoảng từ 5 đến 6 mét, đường kính khoảng nửa mét, được bao quanh bởi hàng rào sắt. Hiện vòng rào sắt cũng bị thời gian làm rỉ sét gần hết. Bên hàng rào, các Phật tử theo truyền thống Phật giáo Tây Tạng đã khoác lên những lá cờ phướn nhiều màu rực rỡ, làm tôn thêm vẻ bình dị của chiếc cột trụ đá nhiều ngàn năm tuổi. Trên đầu cột trụ đá không có hình gì cả. Trên thân trụ có khắc 5 hàng cổ ngữ Brahmi và bên cạnh, phía bên dưới có tấm bia ghi bằng ba ngôn ngữ: Brahmi, Anh và Pali hay Ấn ngữ cho du khách xem: (xem hình 06, 07 vả 08)

Tiếng Brahmi:

Devannapiyena piyadasina lajina-visativasabhisitena.
Atana-agacha mahiyite. Hida Budhe-jate sakyamuniti.
Silavigadabhicha kalapita silathabhe-cha usapapite.
Hida Bhagavam jateti Lumbinigame ubalike kate,
Athabhagiye ca.

Tiếng Anh: "*King Piyadasi (Ashoka), beloved of devas, in the 20 years of the coronation, himself made a royal visit, Buddha Sakyamuni having been born here, a stone railing was built and a stone pillar erected to the Bhagavan having been born here, Lumbini village was taxed reduced and entitled to the eight parts (only)*". [2]

Dịch Tiếng Việt: *"Hai mươi năm sau khi lên ngôi, quốc vương Devanampiya Piyadasi (tức A Dục) ngự đến đây chiêm bái, vì Đức Phật Thích Ca Mâu Ni, đã đản sanh tại đây, một lan can bằng đá và một cột đá được dựng lên, Lumbini được giảm thuế và được hưởng tám phần ".*

Cột trụ đá này chỉ rõ cho chúng ta biết chắc chắn chỗ này là nơi Đức Phật Thích Ca Mâu Ni đản sanh. Đây là một phát hiện di tích có giá trị lịch sử sớm nhất còn lại đến ngày nay và đoạn văn khắc trên trụ đá có thể được xem là "***bản khai sanh***" của Thái tử Tất Đạt Đa, là một bằng chứng "sống" về sự kiện nhân vật có thực của lịch sử.

Bên cạnh cột trụ đá lịch sử này là **đền thờ Hoàng hậu Maya** (Mahadevi temple). Ngôi đền được xây dựng theo lối kiến trúc khá đặc biệt, không giống như bất cứ ngôi đền nào chúng ta từng thấy. Gọi là đền nhưng thực ra chỉ là bốn bức tường sơn mầu trắng bao quanh khu vực khảo cổ, rất đơn giản, cốt để che mưa, che nắng bảo vệ cho khu vực khai quật

tránh bị hư hoại theo thời gian. Bên trong đền là những nền gạch xưa cũ đã được khai quật, những vết tích cổ xưa như **phiến đá có in dấu của một bàn chân nhỏ do vua A Dục khắc in**, được xác định là vị trí lúc Đức Phật đản sinh, được bảo tồn trong lồng kiếng chắn đạn (hình 10). Trên bờ tường gạch kế bên, cách mặt đất khoảng 3m là một bức phù điêu bằng đá mô tả sự ra đời của thái tử Tất Đạt Đa qua hình ảnh hoàng hậu Maya đang đứng với lấy một nhánh cây Vô ưu và đang hạ sinh thái tử. Mặc dầu bức phù điêu này không được các nhà khảo cổ xem là di tích lịch sử, nhưng nó có giá trị sử học theo cách nhìn của các nhà nghiên cứu sử Ấn Độ và Nepal. Họ cho rằng bức phù điêu này được thực hiện bởi vua Ripu Malla, một vị vua theo đạo Hindu, của Nepal vào đầu thế kỷ XIV. Vua Ripu Malla tin rằng hoàng hậu Maya là một hoá thân của nữ thần Hindu. (hình 11)

Về hướng nam của ngôi đền, cách không xa cột trụ đá, là một hồ tắm. Theo "*Phật quốc truyện*" của Ngài Pháp Hiển đến Ấn độ khoảng thế kỷ thứ V SCN chép như sau: "*Phu nhân nghỉ chân tại vườn Lâm Tỳ Ni, tắm trong một hồ nước trong xanh và mát. Sau khi tắm gội xong bà đi dạo trong vườn khoảng hai mươi bước chân, tay vin vào nhánh cây Vô ưu quay về hướng đông và hạ sanh Thái tử.*" Cạnh hồ tắm là cây bồ đề mà trước đây là cây Vô ưu. (Hình 14 và 15)

Bên cạnh cây Bồ đề, hồ nước và đền thờ hoàng hậu Maya là một dãy nền móng gạch đỏ nằm trong khuôn viên hình chữ nhật, đó là di tích Tu viện Lâm Tỳ Ni. Di tích được xác nhận có bề dày lịch sử từ khoảng thế kỷ thứ 3 hoặc thế kỷ thứ 4 trước tây lịch. (Hình 16)

Gần đây nhất, vào năm 1996, các nhà khảo cổ bất ngờ khi khai quật, tìm thấy dưới nền đền thờ hoàng hậu Maya **một phiến đá có in dấu một bàn chân nhỏ**, mà vua A Dục vào năm 249 TCN đã dùng để đánh dấu vị trí nơi sinh của đức Phật. Phiến đá hiện nay được giữ nguyên trạng trong tình trạng khai quật có kích thước 70x40x10 cm và để trong lồng kiếng chống đạn (bulletproof glass) đặt trong đền thờ hoàng hậu Maya, giữa những nền móng khai quật với dòng chú thích: "*Maker Stone: The Exact Birthplace of Buddha*". Chứng vật cuối cùng này đã khẳng định rằng đền thờ hoàng hậu Maya chính xác là đền thờ kỷ niệm nơi Đức Phật đã sinh ra và vùng đất này chính là Lâm Tỳ Ni ngày xưa. (Hình 10).

Sau khi được các nhà khảo cổ xác nhận các chứng tích lịch sử như cột trụ đá và phiến đá của vua A Dục đào được dưới nền đền thờ Hoàng hậu Mya, năm 1997, cơ quan UNESCO của Liên Hiệp Quốc đã chính thức công nhận Lâm Tỳ Ni là di sản văn hóa của nhân loại và tài trợ chi phí trùng tu và bảo trì khu di tích lịch sử quan trọng này. **Bắt đầu từ đây, phương Tây mới tin rằng Đức Phật là một nhân vật lịch sử có thật**. Trước đó họ cho rằng nhân vật Cồ Đàm Gautama chỉ là huyền thoại và giáo pháp của ngài chỉ là tổng hợp các tư tưởng của nhiều nhân vật khác nhau trong lịch sử văn hóa Ấn Độ.

Được khảo cổ khai quật phát hiện từ cuối năm 1896, đến nay khu vực Lâm Tỳ Ni đã qua nhiều lần qui hoạch, xây dựng và bảo vệ của chính quyền Nepal, cơ quan văn hóa Liên Hiệp Quốc và các tổ chức Phật giáo quốc tế. Lâm Tỳ Ni ngày nay rất rộng, nhiều quốc gia Á Châu đã xây chùa ở đây, phô trương nét văn hóa Phật giáo nước mình, trong đó có chùa Việt Nam, Tây Tạng, Miến Điện, Butan, Thái Lan, Hàn Quốc, Nhật Bản và Trung Hoa.

*****

Trong khuôn viên Lâm Tỳ Ni chiều nay, những lá cờ Phật giáo tung bay theo chiều gió, các lá phướn mầu rực rỡ của Phật tử Tây Tạng giăng trên các tàng cây. Họ gởi lại Lâm Tỳ Ni những lời cầu nguyện thiết tha chân thành của mình, để bày tỏ lòng ngưỡng mộ và tri ân của họ đối với Ngài. Đoàn Phật tử Việt Nam chúng tôi từ khắp nơi trên thế giới về đây tụ hội dưới tàng cây Bồ đề làm lễ cầu nguyện tưởng nhớ công ơn sâu dầy của Ngài.

Riêng tôi, chưa bao giờ có được những xúc cảm dâng lên từ đáy lòng như ở đây. Tôi đã về đây tìm dấu chân Ngài để nghe những âm thanh hòa reo, ca ngợi, tán thán một vĩ nhân xuất hiện nơi đời. Lâm Tỳ Ni chính là đây. Từ nơi xa xôi cách nửa vòng quả địa cầu, tôi đã đến đây để thấy, thấy để tin chính nơi đây Ngài đã đản sinh, Ngài đã vạch ra một con đường thực hành từ bi và trí tuệ cho chúng sinh, giúp cho những ai có duyên, có thể nương theo đó, vượt thoát mọi khổ đau, giải thoát khỏi sinh tử luân hồi.

Ngồi dưới gốc cây Bồ đề mà trước kia là cây Vô ưu, tôi tin mãnh liệt rằng Ngài đã được hạ sinh tại nơi đây như một con người bình thường, không có gì là thần bí như huyền thoại trong một số kinh sách từng mô tả. Điều này cũng có thể hiểu rằng việc sinh ra bình thường nhằm bác bỏ quan điểm truyền thống sai lầm đã ăn sâu trong tín ngưỡng người Ấn Độ bấy giờ là mọi chúng sinh đều do Phạm thiên, thần chủ của Bà La Môn sinh ra.

Đạo Phật là đạo giác ngộ, là đạo đến để thấy! thấy để tin, tin để tu hành! Tu hành để giác ngộ giải thoát. Phật đản sanh hôm nay chính là Phật đản sinh trong lòng khi chúng ta cất tiếng kinh cầu, sống theo lời Phật dạy, từng bước nở đóa hoa sen, từ miền đất tâm an lạc.

Qua ngày hôm sau chúng tôi được đưa đi thăm Vương Thành Ca-tỳ-la-Vệ, ở Nepal, Kinh đô của Bộ tộc Thích Ca. Kinh sách viết lại sau khi Thái Tử Tất Đạt Đa đi ra bốn cửa thành, thấy người già, bệnh, chết, cảnh khổ của kiếp người nên có ý định đi tầm đạo để giải thoát. Phật tử lần lượt đến xem cửa thành phía Tây, rồi cửa thành phía Đông, nơi Thái Tử Tất Đạt Đa đã ra đi từ bỏ ngai vàng điện ngọc, xuất gia. Bây giờ Vương thành này là một khu đất rộng lớn, cỏ hoang mọc cao, bao quanh bởi một hàng rào. Bên trong còn nền gạch của những đền đài vua chúa ngày xưa.

Ngày hôm sau, phái đoàn trở lại Ấn Độ viếng thăm Thành Xá Vệ (Sravasti): Kỳ viên Tinh xá (Jetavana), nơi Đức Phật thường ngự trong 25 mùa an cư kiết hạ, vì thế rất nhiều pháp thoại và kinh điển đại thừa cũng như Nam truyền được tuyên thuyết ở đây. Gần ngay cổng vào tịnh xá có một cây bồ đề thật to, được gọi là cây bồ đề của Ngài A Nan. Cây bồ đề ở đây lấy giống từ cây bồ đề ở Bồ Đề Đạo Tràng. Vào thời Phật, cây bồ đề này là biểu tượng để lễ bái thay thế Đức Phật trong khi Ngài đi vắng.
Từ Thành Xá Vệ chúng tôi trực chỉ về New Dehli qua thủ phủ Lucknow. Về đến khách sạn cũ khi trời đã vào khuya. Chúng tôi nghỉ một đêm để qua ngày hôm sau bắt đầu cuộc hành

trình lên miền cực Bắc Ấn thăm Đức Đạt Lai Lạt Ma. Có một số thành viên trong đoàn không đi, nên ra phi trường trở về bổn xứ.

Trước khi sang chương thăm viếng Đức Đại Lạt Ma, cũng cần kể thêm ở đây, chúng tôi đã được hướng dẫn đi thăm viện bảo tàng lớn nhất ở New Delhi, nơi có nhiều Xá-lợi xương của đức Phật được các nhà khảo cổ học Anh khai quật năm 1898. Chúng được xác thực dựa trên bối cảnh khảo cổ học (vị trí khai quật, chữ khắc cổ trên hộp đựng) và truyền thống Phật giáo. Vua Thái Lan vì cung kính đức Phật nên đã đúc một bảo tháp bằng vàng thật nguyên khối cao khoảng nửa mét tặng cho viện bảo tàng để an trí Xá-lợi của Phật vào trong đó. Chúng tôi cùng quý thầy, quý sư cô nhiều quanh chiêm ngưỡng Xá-lợi 3 vòng, sau đó có buổi tụng kinh và ngồi thiền ngắn ngay trước tháp vàng thờ Xá-lợi Phật. Tôi cảm giác mình được may mắn như đứa con đã bao năm lưu lạc nay được trở về nhà và gặp lại bóng dáng người cha thân yêu của mình.

Sau khi đảnh lễ Xá-lợi Phật, chúng tôi đến thăm một ngôi đền lớn nhất ở đây của đạo Hindu, đó là đền Asadam. Ngôi đền này chỉ mới xây khoảng 1 thập niên trở lại đây nhưng rất nguy nga tráng lệ, kinh phí lên tới hàng tỷ Mỹ kim. Cái hay của họ là những hoạt cảnh được dàn dựng một cách sống động bằng tượng sáp dựa trên lịch sử văn hoá, tôn giáo của đất nước Ấn Độ mấy nghìn năm qua, trong đó có lịch sử của đức Phật Thích Ca. Chúng tôi thật ngạc nhiên và khâm phục sự thông minh của họ. Thông minh là bởi, hễ ai đến Ấn Độ và đi vào ngôi đền này là đã biết căn bản về nền văn hóa lịch sử đáng tự hào của họ.

CHƯƠNG 12
THĂM VIẾNG ĐỨC ĐẠT LAI LẠT M

HÀNH TRÌNH ĐẾN DHARAMSHALA

Tôi được biết đến Dharamshala từ lâu lắm và ao ước có một lần đến thăm, nhưng rồi chưa có dịp, ngày tháng trôi qua và tuổi đời mãi chồng chất, cho đến khi biết được có cuộc hành hương Phật Tích Ấn Độ và Nepal, kèm thêm chương trình đi Dharamshala do một cư sĩ Phật tử bên Úc phối hợp tổ chức với hai thầy lớn ở Việt Nam làm trưởng đoàn và phó trưởng đoàn, chúng tôi ghi danh tham dự. Cuộc hành trình ở Ấn Độ và Nepal 20 ngày và sau đó là Dharamshala 4 ngày. Tất cả di chuyển bằng xe lửa và xe bus. Chuyến đi 20 ngày ở Ấn Độ và Nepal rất dông dài, có thể nhớ mãi không quên, chúng tôi sẽ kể trong một bài khác. Bây giờ tôi xin kể về cuộc hành trình đến Dharamshala.

Dharamshala cách New Delhi 514 km đường bộ, một chặng đường không quá dài, chỉ gần bằng đoạn đường Saigon - Tuy Hòa, cách một ngày xe hay đoạn đường Los Angeles – San Jose ở California, mất nửa ngày xe, nhưng chúng tôi đã phải vất vả mất 18 tiếng đồng hồ vừa đi vừa nghỉ mới tới nơi.

Theo thông tin chúng tôi truy cập từ mạng Internet của Bộ Du Lịch Ấn Độ, từ New Delhi, du khách có thể đến Dharamshala bằng máy bay với sân bay cách Dharamshala 12km, hay bằng xe lửa tới nhà ga cách Dharamshala 85km, hoặc thông thường hơn bằng xe khách mất khoảng 8 giờ. Có ba chuyến bay hàng tuần và có nhiều chuyến xe khách khởi hành từ nhiều thời điểm khác nhau trong ngày. Tuy nhiên, theo một người đi trước kể cho chúng tôi biết họ đã đến Dharamshala bằng xe khách, xe khởi hành từ New Delhi lúc 6 giờ chiều, đến Dharamshala khoảng 6 giờ sáng hôm sau và chiều ngược lại cũng vậy, giá vé là 600 Rs. Về sau này chúng tôi mới biết có nhiều tour tổ chức đi bằng máy bay đến Dharamshala như thầy Nguyên Tạng bên Úc chẳng hạn.

Sau bữa cơm tối ở Delhi, chúng tôi đã lên xe bus của đoàn vào lúc 9 giờ đêm ngày 8 tháng 3 năm 2011 trực chỉ Dharamshala. Cả đoàn đi bằng 3 chiếc xe bus, tổng cộng 89 người. Một người bạn chúng tôi không đi, đã ra phi trường trở về Mỹ trong đêm và hai người bạn bên Úc quyết định bất ngờ không đi Dharamshala, chuyển hướng mua vé máy bay tự túc đi về Việt Nam.

Mặc dầu di chuyển ban đêm, nhưng đoàn xe bus cũng phải mất khoảng hơn một tiếng đồng hồ mới ra khỏi thành phố New Delhi. Vì ban đêm nên chúng tôi chẳng thấy gì phong cảnh hai bên đường, chỉ cố nhắm mắt ngủ để gìn giữ sức

khỏe sau cuộc hành trình 20 ngày vừa trải qua.
Trời dần về khuya, hình như xe đang bắt đầu lên dốc, trong xe lại càng lạnh và có nhiều tiếng ho liên tục. Chị bạn ngồi hàng ghế trước tôi ho suốt đêm không ngủ được. Cứ khoảng hai tiếng đồng hồ tài xế lại cho xe dừng bên đường. Cậu phụ xe người Ấn ra dấu hiệu bằng cách đưa ngón tay út lên (dấu hiệu của người Ấn là đi vệ sinh). Thế là mọi người lần lượt bước xuống xe thoải mái. Bây giờ tôi mới hiểu ai đi qua Ấn Độ đều mắc phải cái “bệnh tiểu đường”.

Trời sáng cả đoàn xe ngừng lại bên một quán ven đường để bà con nghỉ ngơi hay uống trà sữa hoặc cà phê sữa nóng. Được biết món trà sữa có tên gọi là Chai, một loại trà rất phổ thông ở Ấn và Nepal, là một hỗn hợp trà đen và sữa bò hoặc sữa dê có pha thêm một loại hương vị hình như là quế. Những ai “tự giác tự túc” mang theo thức ăn thì được ấm bụng sau một đêm ngồi dài người gật gù trên xe bus.

Nghe anh tour guide người Ấn nói từ đây trở đi mới bắt đầu đường đèo quanh co lên Dharamshala và mất khoảng chừng 3 hay 4 giờ chiều mới tới nơi.

Thế là cả 3 xe cùng một lượt nối đuôi nhau bắt đầu leo đèo để lên thành phố núi Dharamshala. Đoạn đường dài nhất và xấu nhất đã qua trong đêm tuy nhiên từ đoạn này trở đi, mặc dầu không còn bụi bặm và ghồ ghề, nhưng đường đèo quanh co nguy hiểm với rất nhiều khúc quanh như cùi chỏ tay, tài xế vô ý một chút là kể như cả xe rớt xuống đèo. Có người yếu bóng vía không dám nhìn ra ngoài. Buổi sáng cảnh vật trên núi cao rất đẹp, nơi đây đặc biệt có loại thông, lá hơi khác với thông Đà Lạt, mang tên Tuyết Tùng Hy Ma (Himalayan Cedar), một loại cây mang dòng họ Deodara, nghĩa là cây của các vị Trời.

Tọa lạc trên cao độ 1500 mét so với mực nước biển, Dharamshala nằm nép mình giữa những con đường quanh co và những triền đồi dốc thẳng. Không giống như Tân Đề Ly bụi bậm, nơi đây không khí trong lành như Đà Lạt, với bầu trời xanh và nhiều cây cối. Dharamsala thuộc tiểu bang Hamachal Pradesh ở miền cực Bắc Ấn Độ với nhiều đỉnh núi quanh năm tuyết phủ, được chính phủ Ấn Độ ấn định làm nơi cư trú cho Đức Đạt Lai Lạt Ma và những người Tây Tạng lưu vong vào năm 1959 sau khi quốc gia Tây Tạng bị chính quyền Trung Cộng tấn chiếm. Ngày nay Dharamshala được thế giới biết đến như là một "Tiểu Lhasa" thủ đô của người Tây Tạng lưu vong.

Vì thành phố tọa lạc trên độ cao, xe bus không được phép lên, nên tất cả ba xe phải dừng nơi bến đậu. Hành khách và hành lý được chuyển qua các xe nhỏ, xe Jeep hoặc xe SUV để lên khách sạn cách đó vài khu phố và vài đoạn đường quanh co. Phải mất đến hơn một tiếng đồng hồ mới vận chuyển hết người và hành lý. Lúc xe vừa đến bến đậu, bất ngờ một trận mưa đá đổ xuống, bà con run lạnh vì không đủ áo lạnh mặc.

Đến khách sạn khi trời đã về chiều. Mọi người vội vã vào phòng ăn dùng bữa cơm trưa đến muộn, sau đó nhận phòng, một số tăng ni và Phật tử được xếp phòng ở trên lầu, riêng chúng tôi và một số Phật tử khác được xếp ở tầng trệt và tầng hầm.

Được biết khách sạn mang tên "*Dinh thự Hoàng Gia*" (*Royal Palace Hotel*), bên ngoài trông đẹp đẽ và lịch sự, nhưng khi nhận phòng ai cũng hỡi ôi vì bên trong phòng tối tăm, nệm ẩm ướt và đầy bụi bặm. Hành lang và cửa vào phòng ở tầng trệt và tầng hầm ướt sũng nước, phòng vệ sinh tối tăm, nước chảy lênh láng. Ai cũng cảm thấy thất vọng, anh trưởng ban tổ chức nổi nóng lớn tiếng với người quản lý khách sạn, "*đã điện thoại báo trước lúc 11 giờ sáng mà đến giờ này vẫn chưa dọn dẹp xong, làm ăn cái kiểu gì vậy…*". Mọi người bực mình bất mãn, có một chị trong đoàn cũng lớn tiếng phàn nàn cùng ban tổ chức chuyến đi, nhất là khi biết rằng nơi đây không có hơi sưởi ấm và nước nóng.

Có một số bà con không chịu ở đây, muốn tự ý đi thuê khách sạn khác và có một số khác tỏ ý muốn sáng mai tự thuê xe riêng trở lại New Delhi vì trên núi lạnh lại không có máy sưởi ấm, sợ không chịu nổi cái lạnh về đêm, rất dễ sinh bệnh. Nhưng rồi sau đó người quản lý khách sạn đồng ý giải pháp, ai không muốn ở khách sạn Hoàng Gia này thì được đổi qua khách sạn kế bên, được mô tả là đỡ hơn vì có nước nóng và có máy sưởi cá nhân để bàn. Còn những ai ở lại khách sạn Hoàng Gia, anh trưởng ban tổ chức hứa sẽ cung cấp một số túi bằng cao su chứa nước nóng để ôm ngủ cũng đỡ lạnh và có một số nhỏ máy sưởi cá nhân để bàn. Riêng chúng tôi, được xếp ở tầng trệt, khi trông thấy căn phòng mình ở cùng với bụi bặm và ẩm ướt thì thất vọng nhưng được hứa hẹn cung cấp một máy sưởi cá nhân để bàn vào tối nay, nên chúng tôi quyết định ở lại khách sạn này.

Sau khi dùng cơm tối xong chúng tôi trở về phòng vào lúc 8 giờ, chị trưởng ban tổ chức đến xin lỗi và báo tin chỉ có bốn máy sưởi ấm cá nhân để bàn đã dành cho quý thầy và những người bệnh rồi. Biết nói làm sao hơn nên đành phải "hoan hỷ" chấp nhận thôi. Một người bạn trong nhóm chúng tôi đã mau mắn ra phố lúc ban chiều mua được một máy sưởi ấm cá nhân cũ tỏ vẻ hài lòng về quyết định của mình.

Trời Dharamshala càng về khuya càng lạnh, tin tức thời tiết dự báo trên TV và Internet cho biết ban đêm xuống tới 6 độ C tức khoảng 42 độ F. Nhiệt độ trong phòng có lẽ cũng lạnh không kém, lại thêm mùi ẩm mốc, không biết làm sao ngủ qua đêm nay và đêm mai đây. Cũng may nhờ chiếc áo khoác của sư cô Liên Quý cho mượn cùng với hai cái mền cũ của khách sạn, tôi nhắm mắt cố dỗ giấc ngủ và thầm mong trời mau sáng…

****

Hôm nay là ngày **10-3-2011**. Thế là đã qua được một đêm ngủ trong cái giá lạnh của khách sạn miền núi. Sau khi dùng điểm tâm xong, chúng tôi sửa soạn lên đường đến viếng thăm ngôi chùa chính Tsuglakhang Namgyal Monastery thường gọi là chùa của Đức Đạt Lai Lạt Ma.

Không biết ban tổ chức cuộc hành hương có dự định trước là ngày hôm nay đoàn sẽ đi tham dự lễ không hay chỉ là đi viếng thăm chùa, nhưng khi đến đây lại trùng vào dịp lễ kỷ niệm lần thứ 52 ngày Đồng Khởi của nhân dân Tây Tạng dưới sự chủ lễ của Đức Đạt Lai Lạt Ma. Có một vài người bị bệnh không đi, muốn ở lại khách sạn.
Không giống như ngày hôm qua khi chúng tôi mới đến Dharamshala được chào đón bằng một cơn mưa đá lạnh run, trời hôm nay rất đẹp, nắng ban mai chan hòa từng ngọn cây góc đá trong cái không khí se lạnh như Đà Lạt một sáng mùa Xuân.
Đoàn xe chở chúng tôi đi ngoằn ngoèo qua nhiều con phố đông người mới đến nơi. Dường như hôm nay cả thành phố thức dậy sớm. Họ đi bộ đầy đường, họ đến tham dự lễ, họ sửa soạn đi biểu tình. Vào ngày này của 52 năm về trước, ngày 10 tháng 3 năm 1959, nhân dân Tây Tạng tại thủ đô Lhasa đã nổi dậy chống lại cuộc xâm lăng của quân đội Trung Quốc và bị thảm sát. Một tuần sau đó, ngày 17 tháng 3 năm 1959, vị lãnh đạo tinh thần và chính trị của xứ này phải nửa đêm rời Lhasa vượt núi vượt đèo qua Ấn Độ. Đấy là đức Đạt Lai Lạt Ma đời thứ 14 Tenzin Gyatso, mà những người theo Phật giáo Tây Tạng tin là hoá thân của Đức Quán Thế Âm Bồ Tát, một hiện thân của lòng từ bi. Từ đó, ngài đã thành lập Chính phủ Tây Tạng Lưu vong tại Dharamshala và chu du khắp nơi trên thế giới để truyền bá Phật Pháp.

Đức Đạt Lai Lạt Ma, ngoài cương vị lãnh đạo tinh thần, ngài còn là Quốc trưởng một quốc gia, nên việc ra vào tu viện, nhất là hôm nay đang diễn ra một buổi lễ lớn, rất là khó khăn. Cổng vào tu viện rất đông, chúng tôi phải xếp hàng một để các nhân viên an ninh và cảnh sát liên bang Ấn khám xét như khi đi vào các phi trường quốc tế. Chúng tôi không được đem bất cứ vât gì, kể cả máy ảnh, nên những hình ảnh kèm trong bài này là ảnh của văn phòng Đức Đạt Lai Lạt Ma và của ký giả các hãng thông tấn, ngoại trừ những ảnh chúng tôi chụp bên ngoài tu viện.

Đúng 9 giờ sáng, buổi lễ bắt đầu với đoàn nhạc truyền thống áo mầu rực rỡ, kèn trống lạ mắt từ bên trong khuôn viên văn phòng chính phủ đi tới. Họ chơi những bản nhạc truyền thống âm vang cao vút, không mang âm hưởng trầm buồn hay những âm điệu bi ai. Sau đó từ trong dinh Chính phủ Lưu vong, Đức Đat Lai Lạt Ma tiến ra cùng thành viên Nội các và Quốc hội Tây Tạng. Ngài được mọi người cúi mình chào đón và tiến về lễ đài.

Sau nghi thức buổi lễ, trước cử tọa đứng ngồi chật kín cả sân tu viện, Đức Đạt Lai Lạt Ma đã đọc bài diễn văn dài 15 phút (được phát trước, in bằng hai ngôn ngữ Anh và Tạng). Ngài nói rằng ngài quyết định từ chức vai trò người lãnh đạo chính phủ lưu vong Tây tạng và trao quyền lại cho người lảnh đạo do dân chúng bầu. Ngài đã chính thức đề nghị với quốc hội Tây tạng hãy tu chỉnh những gì cần thiết trong hiến chương cho người Tây tạng lưu vong phản ảnh quyết định của Ngài về việc giao trách nhiệm lại cho một người lảnh đạo được bầu lên.

Ngài nói "*Vào đầu thập niên 60, tôi đã liên tục nhấn mạnh rằng người Tây tạng cần một vị lảnh đạo, bầu cử tự do bởi người Tây tạng, một người mà tôi có thể trao quyền và hôm nay rõ là đã đến lúc chúng ta làm cho điều này trở nên có hiệu lực*," Quốc hội mới sẽ được bầu lại khi toàn thể nhân dân Tây tạng trên toàn thế giới đi bầu vào ngày 20 tháng 3 năm 2011 này.

Trong buổi lễ Đức Đạt Lai Lạt Ma tuyên bố ý định từ bỏ chính trị, ngài nhận được nhiều câu hỏi từ bên trong và bên ngoài Tây tạng hãy tiếp tục lãnh đạo. Ngài nói: "*Ước muốn trao quyền của tôi không liên quan gì đến việc trốn tránh trách nhiệm. Điều này có ích lợi cho người dân Tây tạng về lâu, về dài. Không phải vì tôi chán nản.*" Trước đây Đức Đạt Lai Lạt Ma đã bày tỏ ý định từ chức, nhưng đây là lần đầu tiên Ngài công bố một cách chính thức và công khai ý định của ngài và mong người Tây tạng hãy chấp nhận quyết định này.

Sau bài diễn văn của Đức Đạt Lạt Ma chúng tôi lặng lẽ rút khỏi đám đông trong khuôn viên Tu Viện Namgyal và lên đường đi thăm Tu Viện Gyuto Tantric Monastic University của Đức Karmapa ở ngoại ô Dharamsala, ngoại trừ một số ít người trong đoàn ở lại nghe buổi họp báo sau buổi lễ hay cũng có thể họ không được báo trước là khi nào phải rời khỏi đây.

Đường đi đến tu viện quanh co khúc khuỷu, chật hẹp và rất dốc, nằm bên dưới chân núi, xe phải lên dốc xuống đèo nhiều chặng. Cảnh vật hai bên đường trông thoáng đãng, thấp thoáng xa xa vài cây hoa đào ven triền núi bắt đầu nở hoa báo hiệu mùa Xuân đang trở về.

Được biết trước đây tu viện Gyuto do đệ tử chính của Đức Đạt Lai Lạt Ma đầu tiên Jetsun Kunga Dhondup sáng lập vào năm 474 ở miền đông Tây Tạng. Sau khi Trung Quốc tấn chiếm Tây Tạng vào năm 1959, tu viện được thiết lập ở Ấn Độ và hiện nay tọa lạc ở dưới chân rặng núi Hy Mã Lạp Sơn, ngoại ô Dharamshala với 500 tăng sinh và là một tu viện nổi tiếng chuyên nghiên cứu về thiền Mật tông, nghi lễ Mật tông, nghệ thuật và triết học Phật giáo.

Hiện nay tu viện Gyuto được đặt dưới sự lãnh đạo của ngài Ogyen Trinley Dorje, một vị đạo sư lừng danh trong lịch sử Phật giáo Tây Tạng. Ngài tên thật là Apo Gaga, sinh năm 1985 trong một gia đình du cư ở Lhatok, phía Đông Tây Tạng. Năm 1992, các đệ tử của Đức Karmapa thứ 16 theo chỉ dẫn mật trong Lá Thư Tiên Tri đã tìm ra Apo Gaga là Đức Karmapa thứ 17. Ngài là Lạt Ma cao cấp duy nhất được cả Đức Đạt Lai Lạt Ma và chính quyền Trung Quốc công nhận là hóa thân của Đức Karmapa thứ 16.

Rất tiếc khi đoàn đến đây lại không được gặp ngài Karmapa đời thứ 17 vì đã không xin hẹn trước, vị tri khách đã cho biết như vậy. Sau đó quý tăng ni và Phật tử lên chánh điện làm lễ Phật và thầy Thích Thông Phổ đã thay mặt đoàn cúng dường một số tịnh tài cho vị sư đại diện. Hiện nay, sau đức Đạt Lai Lạt ma thứ 14 thì ngài Karmapa đời thứ 17 là một trong những vị lãnh đạo tinh thần quan trọng nhất đối với người Phật tử theo truyền thống Kim Cương Thừa. Bất kể dòng phái nào cũng đều xem ngài như một vị Bồ Tát hoá hiện trong đời này để đem lại vô lượng lợi lạc cho vô lượng chúng sinh. Cũng giống như đức Đạt Lai Lạt Ma, ngài Karmapa đời thứ 17 cũng được xem là hiện thân của đức Quán Thế Âm Avalokiteshvara.

Sau khi thăm viếng tu viện chúng tôi đã ra về trong niềm tiếc nuối. Đã từ xa vượt vạn dặm đến đây mà không được gặp ngài, quả thật là thiếu duyên lành. Theo như tin tức báo chí đã loan tải trước đây, ngài Karmapa 17 có thể sẽ là người kế vị Đức Đạt Lai Lạt Ma thứ 14 trong ngôi vị lãnh đạo tinh thần dân tộc Tây Tạng.

Trên đường trở về khách sạn, chúng tôi thấy từng đoàn người đi biểu tình tuần hành trên đường sá gập ghềnh của Dharamshala để nhắc nhở thế giới về hiện trạng thiếu tự do của người Tây Tạng ngay trên quê hương của họ, hiện đang bị Trung Quốc cai trị và đồng hoá.

Đến buổi chiều chúng tôi đi bộ thăm thác nước không xa khách sạn chúng tôi ở, một cảnh được cho là đẹp ở Dharamshala. Một số ít leo xuống chân núi, một số ít theo thầy Thích Thông Hạnh lên gần thác, cháu Tâm Hiền, người phụ trách quay video cho đoàn vác máy theo thầy. Riêng chúng tôi ghé vào một quán nước ven đường ngồi nghỉ đỡ chân ngắm nhìn cảnh núi trời bao la.

Bất ngờ những đám mây xám từ đâu bay đến như chuyển mưa, chúng tôi vội bước nhanh trở về để tránh cơn mưa chiều bất chợt kéo đến. Thế là một ngày nữa trôi qua.

****

Hôm nay là ngày **11-3-2011**, đoàn hành hương chúng tôi một lần nữa trở lại Tu viện Namgyal nơi Đức Đạt Lai Lạt Ma thứ 14 cư trú để cầu may gặp ngài vì ngày hôm qua đoàn chúng tôi không được gặp riêng ngài.

Đến nơi, trong khi cả đoàn lên chính điện làm lễ Phật, chúng tôi đã cùng sư cô Liên Quý – một học ni đang học cao học tại viện đại học New Delhi, đến gặp vị chánh văn phòng để ngỏ lời thỉnh cầu được gặp Đức Đạt Lai Lạt Ma. Nhưng thay vì gặp vị chánh văn phòng, chúng tôi được viên chức phụ trách lịch trình tiếp khách hàng ngày của ngài. Ông cho biết chương trình hôm nay của Đức Đạt Lai Lạt Ma và cả những ngày sắp tới đều dày đặc vì nhiều vấn đề trọng đại của nhân dân Tây Tạng như cuộc họp khoáng đại của quốc hội Tây Tạng lưu vong sắp diễn ra vào ngày 13-3-2011. Viên chức này cho biết các khách và các đoàn hành hương từ phương xa muốn được gặp ngài phải làm cuộc hẹn trước ít nhất là 4 tháng. Rất tiếc đoàn đã không có văn thư xin hẹn trước, nên đã ba lần sư cô Liên Qúy thỉnh cầu đều bị khước từ. Tuy vậy, sư cô vẫn không nản chí, cố kiên nhẫn xin cho được gặp ngài vì ngày mai đoàn phải rời Dharamsala trở lại Delhi. Sư cô Liên Quý cũng cho viên chức ấy biết quý thầy cô và đoàn Phật tử Việt Nam từ khắp nơi trên thế giới đang chờ đợi ngoài sân tu viện.

Cảm nhận được sự tha thiết mong cầu của đoàn Phật tử Việt Nam, cuối cùng, viên chức này đành đồng ý sắp xếp thời giờ để đoàn gặp ngài vào buổi trưa (thay vì giờ ăn trưa ngài sẽ tiếp đoàn). Họ phát cho chúng tôi mỗi người một lá đơn ghi danh, khi nộp lại cùng với Sổ Thông Hành (Sổ Hộ Chiếu) để làm thủ tục.
Đến 11 giờ đoàn chúng tôi sắp hàng vào trong khuôn viên tư dinh Đức Đạt Lai Lạt Ma. Được biết từ nhiều năm nay, Trung Quốc đã cho đặc công giả dạng tu sĩ Phật Giáo Tây Tạng lẻn vào khu vực này để ám sát ngài. Mặc dù họ không thành công trong âm mưu này, nhưng cũng đã sát hại vài vị Lạt Ma cao cấp của Tây Tạng, vì vậy việc kiểm tra an ninh rất cẩn thận. Chúng tôi từng người được phân chia nam nữ riêng, lần lượt đi qua hàng rào an ninh để khám xét và mọi vật dụng mang theo đều phải gửi lại ở đây. Sau đó chúng tôi tiếp tục chờ đợi. Khoảng 12 giờ trưa chúng tôi được ngài đón tiếp tại trước cửa dinh với nụ cười giản dị và chân tình, vui vẻ chào đón mọi người.

Ngài đích thân trao tặng cho mỗi người một bức hình tôn tượng đức Phật Thích Ca thờ tại Đại tháp Bồ Đề Đạo Tràng. Sau đó chụp hình chung lưu niệm với từng nhóm trong đoàn, do đoàn quá đông, và cuối cùng ngài nói một bài pháp ngắn khoảng năm phút. Mở đầu cho phần nói chuyện, Đức Đạt Lai Lạt Ma hỏi:

- *Các vị đều biết tiếng Anh phải không?*

Hầu như mọi người đều im lặng, nên ngài yêu cầu người thông dịch. Trưởng ban tổ chức đã nhờ một cô Phật tử trẻ tuổi đến cạnh ngài làm thông dịch viên. Đầu tiên Đức Đạt Lai Lạt Ma ngỏ lời chào mừng đến các Phật tử Việt Nam đã không quản ngại từ xa đến đây thăm ngài, sau đó ngài nhắn nhủ với đoàn Phật tử Việt Nam là Đức Phật không phải là đấng tạo hóa sáng tạo ra muôn loài, Ngài là một con người bình thường, đã tu hành và đã giác ngộ viên mãn. Ngài khuyên các Phật tử nên thực hành Phật Pháp trong đời sống hàng ngày, luôn phát triển tâm từ bi đến toàn thể chúng sinh, nên đọc và thực hành kinh Bát Nhã, nhất là các chương nói về Từ Bi, Trí Tuệ, Ba La Mật Đa và Tính Không.

Buổi tiếp kiến của Đức Đạt Lai Lạt Ma chấm dứt lúc 12:30 trưa. Ai nấy đều muốn kéo dài thêm giây phút quý báu được nhìn, được nghe, được gần ngài mà người Phật tử Tây Tạng tin ngài là hiện thân của Đức Quán Thế Âm Bồ Tát. Nhiều Phật tử cũng xem ngài như vị Phật sống, tìm cách đến gần ngài. Họ cố gắng đưa tay ra để được nắm tay hay chạm vào tay ngài và tỏ vẻ sung sướng hạnh phúc, nhất là những Phật tử Việt Nam ở trong nước, vì cho đến nay ngài vẫn chưa có dịp một lần đến Việt Nam giảng pháp, mặc dù ngài đã đi rất nhiều nơi trên thế giới.

Phái đoàn hành hương hoan hỷ ra về, trong lòng không ngớt quyến luyến. Khi rời khỏi sân, chúng tôi được một vị Lạt Ma trao tặng mỗi người hai gói thuốc. Không biết những viên thuốc này được chế biến từ những nguyên liệu nào, chỉ nghe nói những gói thuốc này đã được các vị Lạt Ma chú nguyện vào đó khi thiền định, và nhờ năng lực chú nguyện này, nếu ai có niềm tin, uống những viên thuốc này sẽ khỏi bệnh.

Thật ra, bệnh cũng một phần hay nhiều phần do tâm tạo, tâm hết bệnh thì thân bệnh cũng hết. Ai trong giới y học đều biết cuốn sách "*Nơi không có thầy thuốc*", bác sĩ David Werner kể: "*Có lần tôi thấy một bệnh nhân nhức đầu dữ dội. Một phụ nữ đưa cho anh ta miếng khoai mài và bảo rằng đây là thuốc giảm đau rất mạnh. Anh ta tin lời, đã ăn nó và kết quả là khỏi đau nhanh chóng*".

Theo bác sĩ Werner, trong trường hợp trên, yếu tố tâm lý của người bệnh đã được tác động để phát huy khả năng điều chỉnh của nó. Khi bệnh nhân được cho dùng một chất không phải là thuốc nhưng tin tưởng tuyệt đối đó là thuốc thật thì có thể giảm bệnh. Đó là hiệu ứng *Placebo* của y khoa.

Tuy nhiên, theo Phật Giáo, có những bệnh, có người chữa khỏi, lại có người chữa không khỏi, đó là do nghiệp riêng của mỗi người và cũng là kết quả của một quá trình gieo nhân thông qua thân, khẩu, ý. Vì thế muốn giảm hay khỏi bệnh chỉ có cách tự thân tu tập để chuyển nghiệp. Không ai có thể thay thế cho mình làm hết bệnh được, ngay cả đức Phật. Chúng ta còn nhớ một trong ba điều mà Đức Phật không làm được là Phật không thể chuyển được nghiệp của chúng sinh [1] …

Chúng tôi là những người cuối cùng rời khỏi khuôn viên tư dinh Đức Đạt Lai Lạt Ma. Người giữ an ninh đưa lại máy ảnh, không quên nói lời chúc chúng tôi lên đường trở về New Delhi bình an. "*Vâng, sáng sớm mai chúng tôi sẽ trở về New Delhi và ngày hôm sau sẽ bay về Mỹ*". Tôi đáp lời.

Nắng Dharamshala buổi trưa rực rỡ nhưng không nóng như New Delhi, như Varanasi, như Vaishali ở phía dưới đồng bằng xa xa kia. Có thể nói thời tiết nơi đây mát như thời tiết miền Nam Cali vào độ Xuân về.

Thế là hết nửa ngày cuối ở Dharamsala.

Buổi chiều là chương trình tự do đi phố mua sắm quà lưu niệm. Khách sạn chỉ có xe đưa ra phố nhưng phải chờ lâu, nên chúng tôi bước lần theo con dốc xuống đồi đón taxi.

Xe đến bến đậu, chúng tôi tản bộ xem dân chúng buôn bán hai bên hè phố. Đường phố ở đây chật hẹp nhưng so với New

Delhi tương đối ít bụi và rác rến. Hàng quán hai bên phố san sát nhau, lúc nào cũng đông người qua lại, kẻ vào người ra. Chen lẫn giữa dòng người đi lại trên đường phố là bóng dáng mầu y đỏ sậm của những nhà sư Tây Tạng.

Một góc phố Dharamshala

Đường phố chật hẹp lại đông người đi bộ, nên mỗi khi có xe chạy đến, chúng tôi phải vội vàng né tránh. Chúng tôi thấy có rất nhiều tiệm đổi tiền và văn phòng lữ hành, chứng tỏ có rất nhiều người ngoại quốc đã đến đây.

Hàng quán bán rau quả, thực phẩm và đồ lưu niệm cũng tương tự như các hàng quán ở những nơi khác trên xứ Ấn. Đa phần hàng lưu niệm mang nhãn hiệu "Made in China", cũng có một số ít "Made in Việt Nam". Cũng mừng cho dân mình đã xuất khẩu hàng hóa tới tận nơi đây.
Đi bộ trên những con phố nhỏ này, chúng tôi không có ý

định mua sắm gì, chỉ quan sát những người đi qua lại và những người bán hàng mà hầu hết là đàn ông, một số vừa bán hàng vừa lần hạt trì chú. Chúng tôi không biết những người Tây Tạng này, trong lúc bán hàng tâm của họ để ở đâu, nơi câu niệm chú hay nơi người mua hàng, nhưng nhìn nét mặt họ có nét an vui và thanh thản. Chúng tôi biết rằng người Tây Tạng có niềm tin chắc chắn vào sự tái sinh, và cuộc sống hiện tại này đối với họ cũng chỉ là một sự sửa soạn cho đời sống sau.

Trở về khách san, một chị bạn đã kể lại vì là phụ nữ nên khi đón taxi hơi khó vì trên xe đã có những người đàn ông thì tài xế sẽ không cho phụ nữ ngồi chung xe.

Bữa ăn tối chiều nay chúng tôi được ăn cơm nấu chín do chính sư cô Liên Quý đích thân xuống bếp nấu, vì hôm qua chúng tôi đã phải ăn cơm sống. Cảm ơn sư cô đã chăm sóc đoàn chu đáo. Riêng quý thầy lúc nào cũng được các Phật tử thân cận chăm sóc từng bữa ăn, hôm nay cũng thế, họ đã đi chợ mua rau củ tươi về để nấu mời quý thầy dùng vì âu lo cho sức khỏe quý thầy. Trong nhóm chúng tôi chiều nay nhiều người cũng bị ho và cảm, riêng tôi cũng thế bị ho và khản cả tiếng.

Thế mà tôi cũng ở đây được ba đêm, ngày mai sẽ từ giã căn phòng nhiều bụi bặm và ẩm mốc cùng cái lạnh lẽo về đêm trên núi cao này.

****

NGÀY TRỞ LẠI NEW DEHLI

Hôm nay là ngày **12-3-2011**, mọi người thức dây thật sớm để sửa soạn cho một ngày dài về lại New Delhi. Không khí ban mai se lạnh nhưng trong lành, chúng tôi ra ngoài sân khách sạn cố hít thở những làn không khí tươi mát trên núi cao cùng ngắm nhìn khách sạn và cảnh vật xung quanh lần cuối. Rời khách sạn Hoàng Gia để xuống bến xe bus khi trời vừa ửng sáng. Đoàn xe con uốn lượn qua những con đường hẹp ven sườn núi để lại đằng sau thành phố trên cao. Thôi giã từ Dharamshala, giã từ Đức Đạt Lai Lạt Ma, đấng thánh thiện tôn quý, giã từ những người anh em Tây Tạng lưu vong vẫn đang mong chờ ngày trở về cố hương bên kia dãy núi.

Hôm nay xe chạy vào ban ngày nên chúng tôi được ngắm nhìn cảnh núi rừng, những đỉnh núi tuyết xa xa cùng phố xá hai bên đường. Cuộc hành trình, theo dự kiến sẽ kéo dài từ sáng sớm đến tối mịt mới tới New Delhi.

Đoàn xe đi qua nhiều thị trấn nhỏ nghèo, nhà cửa đơn sơ, lụp xụp, cánh đồng đất đai khô cằn. Chúng tôi thấy vài ngôi nhà xây dở dang. Nghe nói đời cha không đủ tiền xây, để lại đời con tiếp tục và cứ như thế, một ngôi nhà có thể vài đời mới xây xong. Thỉnh thoảng lại thấy những người phụ nữ Ấn với hai bàn tay trần ngồi trộn phân bò với rơm làm thành từng bánh, phơi khôi để nấu bếp thay than đá hay dùng để đắp lên tường nhà làm vật cách nhiệt. Nơi xứ này bò, chó và người cùng nhau chung sống hòa bình.
Xe tiếp tục chạy, khi qua một thị trấn, chúng tôi thấy hai bên đường dân chúng đang đào mương đắp đất. Có những phụ nữ gầy ốm đội những thúng đất hay đá trên đầu làm những công việc nặng nhọc, trông rất vất vả. Hình ảnh này chúng tôi cũng thấy ở nhiều nơi khác trên đất Ấn. Tuy có một điều làm tôi nhớ mãi là cho dù bất cứ nơi đâu, đi dạo ngoài đường phố, đi làm việc đồng áng, công trường xây cất hay đi ăn xin, phụ nữ Ấn Độ cũng đều mặc trang phục sari truyền thống mầu sắc sặc sỡ.

Trời xế trưa, đoàn xe dừng lại ở một quán ven đường (hình trên). Một người trong đoàn vừa cười vừa nói: "*lại vào nhà hàng năm sao nữa rồi, bà con ơi mang theo mì li vào sắp hàng mua nước sôi….*" Chúng tôi ai cũng cười, mặc dầu vừa đói vừa mệt.

Sau bữa ăn trưa chúng tôi tiếp tục lên đường về New Delhi, đi ngang qua thành phố Chandigarh, một thành phố khá lớn, khang trang, sạch sẽ mà tour guide cũng như người tổ chức không hề cho biết sơ qua về thành phố này. Nhưng trong xe có một cô Phật tử từ Canada đã từng đến đây du lịch cho biết Chandigarh là một thành phố kiến trúc mang dáng dấp quốc tế, hiện đại, dân số gần một triệu người mà đa số người mang họ Singh theo đạo Sikh [1]. Hai bên đường có những ngôi đền của đạo Sikh to lớn tráng lệ. Ông Manmohan Singh, Thủ tướng Ấn hiện nay cũng xuất thân từ thành phố này. Nghe nói thành phố có ba cái nhất, số người biết chữ nhiều nhất, có lợi tức đầu người cao nhất và sạch sẽ nhất ở Ấn Độ. Thành phố lại có luật cấm hút thuốc lá và sử dụng bao plastic đựng đồ nhằm tránh gây ô nhiễm môi sinh.
Một người bạn hỏi tôi, chị thấy Ấn Độ chưa và có gì khác giữa Dhramshala và New Delhi? Quả thật một câu hỏi khá bất ngờ. Về xứ Ấn, thấy thì thấy rất nhiều trong suốt cuộc hành trình hơn 20 ngày qua nhưng chỉ thấy nhiều cảnh nghèo khổ cơ cực của người dân Ấn. Còn sự khác biệt giữa Dharamsala và New Delhi! Có chứ! ở Dharamsala, tôi chưa thấy một người Tây Tạng nào đi ăn xin hay ngủ ngoài hè phố, có thể vì thời tiết trên núi cao chăng? Ngược lại ở New Delhi và những nơi tôi đã đi qua, gặp rất nhiều phụ nữ bồng bế con,

các người già nghèo khổ cùng các trẻ em đi ăn xin. Những em bé này đều ở trong độ tuổi cắp sách đến trường, thân thể gầy yếu, quần áo lôi thôi lếch thếch vây quanh những người hành hương cố xin tiền. Đa số họ đều thuộc câu "*Nam Mô A Di Đà Phật*", phát âm bằng tiếng Việt rõ ràng. Nhìn chúng, tôi thật thương cảm, không biết tương lai các em rồi sẽ thế nào? Tôi tự hỏi những người dân quá nghèo khổ như thế, việc kiếm sống hàng ngay cũng đã khó khăn, làm sao có cơ duyên học hỏi đạo pháp để chuyển hóa nghiệp lực, cho nên nghèo quá hay giầu quá cũng khó tu. Và nước Ấn Độ một cường quốc với hơn một tỷ dân, sở hữu bom nguyên tử, tầu sân bay và hỏa tiễn bắn tầm xa lại là một nước nghèo đến thế sao? Hay có lẽ những điều tôi thấy biết chỉ là một phần nhỏ mà không phải là toàn cảnh của xứ Ấn.

Trong suốt cuộc hành trình dài khoảng tám ngàn cây số vừa qua, ngoài hai chuyến xe lửa đêm, còn lại chúng tôi đi toàn bằng xe buýt, việc di chuyển rất vất vả và mất quá nhiều thời giờ, một phần vì đường quá xấu, phần khác vì nạn kẹt xe. Khởi hành từ thị trấn Dharamsala khi trời vừa sáng mà mãi đến gần khuya mới về tới New Delhi. Điều đầu tiên, đập vào mắt tôi khi trở lại thành phố là New Delhi là bụi rác và đông người. Mặc dầu về đêm nhưng vẫn còn nhiều xe đủ loại tranh nhau trên đường phố. Thành phố ô nhiễm đến độ nhìn vào khoảng không chỉ thấy một màu mờ mờ dưới ánh đèn vàng. Không khí khó thở và ngột ngạt. Quả thật là nếu chưa đến New Delhi, chắc chắn khó mà tưởng tượng nổi một thành phố như vậy. Thành phố Sài Gòn có thể kết nghĩa anh em với New Delhi được.

Về đến khách sạn, tôi thấy mệt rã rượi cả người. Một ngày dài đã trôi qua từ lúc sáng sớm tới gần nửa đêm. Tôi thầm nghĩ là chuyến hành trình khó nhọc đi Dharamshala đã qua rồi nhưng cũng may gặp được Đức Đạt Lai Lạt Ma và được ngài ban cho những lời dạy vô cùng quý giá để mang về thực hành trong cuộc sống, làm hành trang tu tập trong đời.

Thực tình mà nói, chuyến đi Ấn Độ nhiều vất vả nhưng cũng học được nhiều điều, nhất là được nhìn lại chính mình, xem trình độ tu tập, xem tâm buông xả của mình tới đâu khi chạm phải thực tế với những điều bất như ý từ những người bạn đạo hay từ những tăng ni trong đoàn. Ngoài ra còn ghi nhận được nhiều cảnh đời xót xa từ gần đến xa, từ khách sạn đến ngoài đường, ngoài phố. Bây giờ tất cả đã trôi qua như những giấc mơ.. Tôi thầm đọc bài kệ trong kinh Kim Cang [2], "*Nhất thiết hữu vi pháp, Như mộng huyễn bào ảnh, Như lộ diệc như điện, Ưng tác như thị quán*" và …. ngủ thiếp đi lúc nào không hay.

******

Sáng thức dậy thấy mọi người lục tục kéo hành lý ra quầy tiếp tân, biết là hôm nay là ngày cuối trả phòng để đi thăm bảo tàng viện và quảng trường India Gate rồi đợi đến chiều tối ra phi trường trở về Mỹ. Thế là hoàn tất chuyến hành hương Ấn Độ, Nepal và Dharamshala với nhiều kỷ niệm khó quên.

Hơn ba tuần lễ đã thoáng qua, tuy không dài, nhưng cái bóng của thời gian ấy đã ghi đậm trong tâm tôi. Tôi có duyên may được đi trên những con đường mà đấng Thế Tôn đã đi qua trong cuộc hành trình của Ngài đi tìm con đường giác ngộ giải thoát cho chúng sinh. Tôi đã trở về thăm quê hương Ngài, chiêm bái Tứ động tâm, bốn thánh tích đã làm rung động trái tim nhân loại. Tôi và đoàn hành hương cũng được Đức Đạt Lai Lạt Ma trực tiếp khuyên nhủ rằng: "*Đừng xem Đức Phật như một đấng tạo hóa thần linh đầy quyền năng sáng tạo, có quyền ban phước giáng họa cho muôn loài. Đừng cầu xin van lạy Ngài mà phải nỗ lực tinh tấn tự thân tu tập hàng ngày, nỗ lực làm lành, tránh ác và phát triển tâm từ, tâm bi.*"

Nếu Đức Phật có quyền năng thay đổi được nghiệp của chúng sinh thì Ngài không chờ được chúng sinh lễ lạy mới cứu giúp. Ngài không thể vượt qua được quy luật nhân quả, nên đã dạy chúng sinh phải tự tu để chuyển nghiệp cho bản thân. Ngài cũng dạy chúng ta không nên quan niệm Đức Phật nơi sắc tướng bên ngoài, không nên quan niệm khi thấy được hình dung gọi là thấy Phật [3]. Phật không phải ở bên ngoài. Phật thật phải chính ở nơi bản tâm mình. Khi nào tâm mình lặng hết vọng tưởng, tâm thanh tịnh, tâm sáng suốt thì ngay đó Phật thật của mình mới hiện ra, khỏi cần tìm kiếm ở đâu xa.

Biết ơn Đức Phật thì phải hành trì lời Phật dạy: "*không làm điều ác, siêng làm việc lành, tự thanh tịnh tâm.*" *[4]* để bước đi trên con đường giác ngộ giải thoát.

Nói tóm lại, là Phật tử ai trong chúng ta cũng ao ước có được một lần về thăm quê hương Đức Phật, nếu chúng ta có được duyên lành và sức khỏe tốt đến tận Ấn Độ chiêm ngưỡng các thánh tích, được đi trên những con đường mà xưa kia Đức Phật đã đi qua là điều rất quý. Tuy nhiên, con đường trên mặt đất đó chỉ là hình tướng, hàng ngày có thể có cả ngàn người đi qua lại. Con đường mà Đức Phật chỉ dạy cho chúng ta bước theo Ngài là CON ĐƯỜNG TÂM, cho nên những ai hành trì theo lời Ngài dạy, thì dù ở khắp bốn phương trời hay chưa từng tới Ấn Độ cũng vẫn được giác ngộ giải thoát, ví dụ như chư Tổ Thiền Tông: Đức Lục Tổ Huệ Năng, Tổ Lâm Tế…, hoặc Tổ Trúc Lâm của Việt Nam.

Chú thích *(1):*

Ba điều dức Phật không làm được (tam bất năng):
1) không thể chuyển được nghiệp của chúng sinh.
2) không thể độ người không có duyên với Phật pháp.
3) không thể độ được hết thảy chúng sinh.

Khi còn tại thế, Đức Phật nói Ngài ***không thể chuyển***

***nghiệp** của chúng sinh được, mà chỉ có thể từ bi chỉ dạy chúng sinh **tự mình nỗ lực** để thay đổi cuộc đời của mình. Ngài cũng nói là không thể độ thoát cho những chúng sinh mà Ngài **không có duyên** độ họ, nên chúng sinh phải có nhân duyên **tin vào Phật pháp**, thực hành giáo pháp muốn được hóa độ thì mới được Ngài giúp. Phật **không thể độ được hết thảy** chúng sinh vì lời phát nguyện "độ chúng sinh" của các ngài chỉ có nghĩa là **đem ngọn đèn Tuệ đi giáo hóa** chúng sinh. Vì chúng sinh do nghiệp lực sâu dày, mây mờ che lấp, Phật đã chỉ dạy nhưng lại **không chịu vâng theo lời mà tu hành**, bản thân cứ tiếp tục làm chuyện ác, không biết được Chân lý để tự tu tự độ thì họ phải lãnh quả báo xấu, đúng theo quy luật nhân quả trùng trùng không bao giờ dứt.*

****

TƯỜNG THUẬT BUỔI DIỆN KIẾN ĐỨC ĐẠT LAI LẠT MA

Thật là một hạnh phúc lớn lao và một duyên lành đặc biệt cho đoàn hành hương chiêm bái các thánh tích Phật Giáo được vinh dự gặp đức Đạt Lai Lạt Ma và được ngài ban cho một bài pháp vô cùng tuyệt diệu. Hạnh phúc vì được nghe những lời pháp nhũ và có được duyên lành vì đoàn không hẹn trước mà lại được gặp ngài trong lúc ngài vô cùng bận rôn Phật sự lẫn chính sự. Ngài đã bỏ bữa ăn trưa để đón tiếp đoàn Phật tử Việt Nam.

Đoàn Phật tử Việt Nam do thầy Thích Thông Hạnh, Phó viện chủ Trúc Lâm Thiền Viện Thường Chiếu tỉnh Đồng Nai đi đầu, kế tiếp là thầy Thích Trúc Thông Phổ, Phó viện chủ Trúc Lâm Thiền Viện Tây Thiên tỉnh Vĩnh Phúc và quý tăng ni cùng cư sĩ Phật tử đến từ Việt Nam, Úc, Canada và Hoa

Kỳ. Vì người tổ chức cuộc hành hương không làm thủ tục xin một cái hẹn trước bốn tháng, nên khi xuất hiện một cách đột ngột, đoàn đã bị viên chức sắp xếp lịch trình của văn phòng đức Đạt Lai Lạt Ma (agenda officer) từ khước đến ba lần, nhưng do sự khéo léo và kiên trì của sư cô Thích nữ Liên Quý, một vị học ni đang học tiến sĩ Phật học ở viện đại học Delhi, hướng dẫn viên tiếng Việt của đoàn, đoàn đã dược văn phòng của đức Đạt Lai Lạt Ma đồng ý để Ngài tiếp vào buổi trưa.

Đức Đạt Lai Lạt Ma, ngoài cương vị lãnh đạo tinh thần nhân dân Tây Tạng, ngài còn là quốc trưởng của một nước, nên muốn được vào tư dinh gặp ngài, khách phải trải qua thủ tục khám xét an ninh rất gắt gao của cảnh sát liên bang Cộng Hòa Ấn Độ và mất rất nhiều thời giờ chờ đợi. Mặc dầu vậy, quý thầy cô áo vàng và cư sĩ Phật tử áo lam chúng tôi cũng rất hoan hỷ sắp hàng một để từng người bước qua các thủ tục an ninh, khám xét thân thể và các vật dụng tùy thân như khi vào dinh nguyên thủ các quốc gia khác hay như đi qua các phi trường quốc tế ở Hoa Kỳ.

Khoảng 12 giờ trưa, ngài ra trước dinh đón gặp và tự tay trao tặng cho từng người, mỗi người một bức hình tôn trượng đức Phật thờ tại Đại tháp Bồ Đề Đạo Tràng. Sau đó chụp hình chung lưu niệm với từng nhóm trong đoàn do đoàn quá đông, và cuối cùng ngài nói một bài pháp ngắn khoảng năm phút.

Sau lời chào mừng ngắn gọn với đoàn Phật tử Việt Nam, ngài nói ngay rằng:

"Đức Phật không phải là đấng tạo hóa (Creator). Ngài là một con người bình thường, đã tu hành và đã giác ngộ viên mãn, và đối với đạo Phật, mọi sự mọi vật đều do nhân duyên sinh khởi, do tác động của định luật nhân quả: "Law of Cause and Effect".

Ngài nói tiếp rằng

"*Muốn đạt được hạnh phúc chân thật thì cần phải có một tinh thần an lạc, và muốn có tinh thần an lạc, cần phải có tình thương và lòng từ bi (love and compassion) [1], làm sao để chúng ta phát triển được tình thương và lòng từ? Chỉ nghĩ đến cũng chưa đủ, chúng ta cần phải làm sao để chuyển hóa tâm niệm và hành động của mình trong đời sống hàng ngày. Chìa khóa cho một thế giới hòa bình, hạnh phúc và an lạc bản thân chính là phát triển tình thương và lòng từ bi.*"

Ngài cũng nhắc nhở:

"*Mỗi người chúng ta đều có Phật tánh và cần nỗ lực thực hành để trở thành vị giác ngộ như Phật đã thành*". Ngài cũng không quên nhắc nhở Phật tử Việt Nam "*nên đọc và thực hành kinh Đại Bát Nhã (*Mahà Prajnàpàramità Sùtra)*, nhất là những phẩm nói về Từ Bi, Trí Tuệ, Ba La Mật Đa (paramitas) và Tánh Không (emptiness)...*"

Người viết đã nhiều lần được nghe trực tiếp các buổi thuyết giảng dành cho Phật tử Việt Nam tại Hoa Kỳ, bao giờ ngài cũng mở đầu bằng cách khuyên nhủ Phật tử Việt Nam hãy giữ truyền thống tu tập sẵn có của mình mà không nên chạy theo một truyền thống khác, nhưng đặc biệt lần này ngài không nói như vậy mà ngài đã lập lại đến ba lần trong một bài pháp ngắn rằng : ***"Đức Phật không phải là một đấng tạo hóa hay đấng thần linh***". Có lẽ đây là một thông điệp quan trọng và ngài chỉ muốn nhắc nhở Phật tử Việt Nam đừng xem ông Phật như một đấng thần quyền đầy quyền năng sáng tạo, có quyền ban phước giá họa cho muôn loài. Đừng cầu xin van lạy Ngài (Đức Phật) mà phải nỗ lực tinh tấn tự thân tu tập.

Không biết Đức Đạt Lai Lạt Ma có tha tâm thông không mà hình như ngài biết rõ tâm của người Phật tử Việt Nam, đa số đều đặt nặng lòng tin, sùng kính lễ lạy và bái sám cầu nguyện. Trong một bài pháp ngắn không soạn trước mà ngài đã lập lại hai lần về mỗi từ "*Tạo Hóa*", từ "*Nhân Quả*", từ "*Thực Hành*" và nhiều lần về từ "*Từ Bi*", lại nhắc nhở Phật tử Việt Nam nên đọc và thực hành từ bi, trí tuệ, ba la mật đa (Paramitas) và Tánh Không (Emptiness) trong kinh Đại Bát Nhã.

Ngài không nói chi tiết nhưng qua nội dung bài pháp, dường như ngài muốn nhắc nhở người Phật tử Việt Nam ba điều: (1) Đừng xem Đức Phật như là một đấng tạo hóa, có quyền năng ban phước giá họa. (2) Hãy tin sâu, tin bền và tin chắc về Phật tính, về mỗi người đều có giác tính, đều có khả năng thành Phật và về nhân quả. Chỉ có tinh tấn tu tập tự thân mới có thể chuyển hóa được nghiệp quả. (3) Nỗ lực thực hành Phật Pháp trong đời sống hàng ngày qua việc phát triển tình thương và lòng từ bi, qua việc thực hành Ba La Mật. Chỉ với năm phút ngắn mà ngài đã phác họa một lộ đồ tu tập (road map) cho người Phật tử, **nhất là cho người Phật tử Việt Nam** luôn đặt nặng lòng tin, sùng kính lễ bái và cầu nguyện. Sau khi dứt lời ngài bắt tay từ giã một số Phật tử đứng gần ngài. Các cận vệ của ngài đưa ngài vào tư dinh, để lại cho đoàn một nuối tiếc.

Chúng tôi, những người cuối cùng đi sau đoàn, lững thững bước từng bước trên con đường dốc soai soải ra cổng. Đồng hồ tay tôi chỉ 12 giờ 30 phút rưa ngày **11-3-2011**. Đi một đoạn dường dài 500 cây số từ New Delhi đến đây và mất hơn 4 tiếng đồng hồ chờ đợi chỉ để gặp ngài và nghe ngài nói trong năm phút quả là đặc biệt, khó có thể tưởng tượng nổi với một người bình thường. Nếu không thực hành hàng ngày những lời dạy của Ngài mà xem như cơn gió thoảng thì tiếc lắm thay.

Hai bên dốc, hoa vàng, hoa đỏ đang đua sắc báo hiệu mùa Xuân đang trở về trên đỉnh Dharamshala. Mùa Xuân trở về cũng với lễ hội Losar đón mừng năm mới của người Tây Tạng, trở về cùng với ngày kỷ niệm 52 năm xa xứ. Happy Losar những người bà con, những người anh em đang sống tha hương, đang mong chờ một ngày quy cố hương.

LỜI KẾT

Khi khép lại những trang hồi ký này, tôi không có ý định đóng lại một chặng đường, mà chỉ muốn đặt xuống một dấu mốc nhỏ trên hành trình dài của kiếp người. Bởi đời tôi, cũng như đời của hàng triệu người Việt khác, không chỉ được dệt bằng những biến cố lịch sử, mà còn bằng những nỗi niềm riêng tư, những lựa chọn âm thầm, và những khát vọng vượt thoát không bao giờ tắt.

Tôi đã trải qua ba lần vượt thoát.

Lần thứ nhất, năm 1954, là cuộc vượt thoát khỏi bóng tối của một chế độ độc tài mới hình thành, để tìm chút ánh sáng tự do ở phương Nam.

Lần thứ hai, năm 1975, là cuộc vượt thoát khỏi nỗi chết, nỗi sợ hãi bị gông cùm kềm kẹp bởi nhưng kẻ độc tài chuyên chính khi miền Nam bị xâm chiếm – nơi tôi đã gửi trọn tuổi trẻ, niềm tin và hy vọng – để tìm lại sự sống mới trên miền đất tạm dung xa lạ.

Và lần thứ ba, cuộc vượt thoát thầm lặng nhất, dai dẳng nhất, chính là hành trình trở về với nội tâm, vượt khỏi tam giới, vượt khỏi mọi ràng buộc của tham – sân – si, để tìm đến tự do tuyệt đối mà Đức Thế Tôn đã dẫn lối chỉ đường.

Nhìn lại, tôi thấy rõ rằng hai lần vượt thoát đầu chỉ là phần nổi của tảng băng. Chúng là những biến cố lớn, nhưng vẫn chỉ là những chuyển động bên ngoài. Còn lần vượt thoát thứ ba — lặng lẽ, âm thầm, không ai nhìn thấy — mới là cuộc hành trình thật sự. Bởi vượt thoát khỏi một chế độ chỉ thay đổi nơi chốn; vượt thoát khỏi chính mình mới thay đổi cả một kiếp người.

Nếu hai lần vượt thoát đầu tiên là do thời cuộc xô đẩy, thì lần vượt thoát thứ ba là do chính tôi lựa chọn. Không ai bắt buộc tôi phải đi vào con đường tâm linh, không ai ép tôi phải nhìn lại chính mình. Nhưng sau bao năm sống giữa những đổi thay, mất mát, chia lìa, tôi hiểu rằng tự do bên ngoài chỉ là tạm bợ. Chỉ có tự do bên trong mới là vĩnh cửu. Chỉ có giải thoát khỏi chính mình mới là chiến thắng sau cùng.

Nhìn lại tám mươi năm đời người, tôi không nuối tiếc. Mỗi biến cố, mỗi cuộc chia ly, mỗi lần dựng xây lại cuộc đời đều là một bài học. Nếu không có những tháng ngày chạy loạn, tôi đã không biết đến giá trị của bình yên. Nếu không có những năm tháng lưu vong, tôi đã không hiểu được thế nào là quê hương. Nếu không có những đổ vỡ của thời cuộc, tôi đã không tìm thấy con đường tâm linh dẫn mình đi xa hơn mọi biên giới.

Tôi viết hồi ký này không phải để than thở, cũng không phải

để kết tội quá khứ, cũng không phải để tô vẽ cho hiện tại. Tôi không oán trách lịch sử, bởi mọi sự đều do nhân duyên, nghiệp quả của cộng đồng, của cả một dân tộc.

Tôi viết lại những trang đời này cũng không phải để khơi dậy lòng thù hận, Tôi chỉ muốn lưu lại một mảnh sự thật – sự thật của đời tôi, của gia đình tôi, của một thế hệ người Việt đã bị lịch sử cuốn đi như lá vàng khô trong bão tố. Bởi lịch sử không chỉ được viết bằng những trận chiến đánh nhau, những hiệp định hòa bình, những khẩu hiệu hay mà lịch sử còn được viết bằng những giọt nước mắt thấm đẫm của từng gia đình, từng đứa trẻ, từng người mẹ, từng người cha. Và nếu mỗi người không kể lại phần sự thật của mình, thì lịch sử sẽ mãi mãi bị bẻ cong hay bị tẩy xóa, đổi trắng thành đen bởi những người nắm giữ quyền lực, bởi bên thắng cuộc.

Nhưng trên tất cả, tôi viết để nhắc chính mình rằng hành trình chưa kết thúc. Tôi vẫn đang đi, vẫn đang tập học, vẫn đang buông bỏ từng chút một những ràng buộc vô hình trói buộc tâm thức. Con đường vượt thoát thứ ba – con đường hướng về bờ bên kia, **đến bờ bên kia** – vẫn còn dài, nhưng tôi không nản chí. Bởi tôi biết rằng mỗi bước chân, dù chậm rãi, đều đưa tôi đến gần hơn với tự do đích thực.

Sau hơn tám mươi năm, tôi hiểu rằng:
-Tự do không phải là nơi chốn, mà là **trạng thái của tâm**.
-Bình an không phải là hoàn cảnh, mà là **khả năng nhìn mọi hoàn cảnh bằng con mắt không dính mắc, bằng mắt thương nhìn cuộc đời.**
-Giải thoát không phải là một điểm đến, mà là **sự buông bỏ mọi dính mắc**, buông bỏ từng lớp vô minh trong chính tâm

mình.

Nếu một ngày nào đó tôi không còn đủ sức để viết thêm, thì mong rằng những trang hồi ký này sẽ thay tôi nói lên điều giản dị nhất:

Rằng một con người, dù nhỏ bé giữa những cơn bão tố lịch sử, vẫn có thể giữ tròn phẩm giá, giữ lòng tử tế, giữ lấy sự thật, và giữ lấy khát vọng tự do — cho đến hơi thở cuối cùng.

Và nếu còn một kiếp nữa, tôi vẫn xin được làm người để tiếp tục cuộc hành trình vượt thoát tam giới, vượt thoát sinh tử luân hồi và phiền não đến bờ bên kia, thanh tịnh và tự tại.

Tôi kính cẩn cúi đầu tri ân đấng sinh thành đã cho tôi mạng sống và dạy tôi yêu tự do. Tri ân quê hương đã nuôi dưỡng tôi bằng những nỗi đau khắc cốt ghi tâm. Tri ân Đức Từ Phụ Thích Ca Mâu Ni đã soi đường dẫn lối cho kẻ lữ hành không mỏi mệt này.
Nam Mô Bổn Sư Thích Ca Mâu Ni Phật.

Garden Grove ngày 2 tháng 1 năm 2026

PHỤ LỤC 1

VỀ THĂM QUÊ CŨ

LÀNG DUNG QUÊ TÔI
VỚI CÂY BỒ ĐỀ NGÀN NĂM TUỔI

Trong chúng ta, ai cũng có một quê hương trong tâm tưởng, với hàng cau xanh cao vút, với gốc lúa, bờ tre, cây đa, bến nước, sân đình, và những cánh đồng xanh thẫm buổi hoàng hôn.

Tôi được sinh ra và lớn lên trên mảnh đất đẹp như tranh đó, có tên là làng Dung, nói đủ chữ là làng Đậu Dung, mẹ tôi gọi thế. Bà cụ còn nói rằng mỗi khi có dịp nhớ hay trở về thăm làng hãy hướng đến cây đề ngoài cổng làng.

Thời ấy, làng tôi chỉ có một làng nên gọi làng cũng được, gọi thôn hay gọi xã cũng được. Nhưng bây giờ theo tổ chức hành chánh làng xã, họ chính thức gọi là thôn Dung thuộc xã Hưng Đạo, huyện Tiên Lữ, tỉnh Hưng Yên.

Có thể nói, làng Dung quê tôi là cái nôi văn hoá nông nghiệp, với nếp sống thuần hậu của người dân cày với con trâu của vùng đồng bằng sông Hồng

Tôi sinh ra từ làng, lớn lên từ làng cho đến năm tôi 11 tuổi theo cha mẹ bỏ làng di cư vào Nam tìm tự do, không vì vậy mà tôi không nhớ quê, không có tình yêu quê hương, không có ký ức về quê cũ của một thời ấu thơ.
Tôi đã xa nơi ấy bằng chiều dài cuộc chiến tranh 30 năm trên quê hương tôi cộng với những năm tháng dài sống nơi đất khách quê người bên kia bờ đại dương. Tôi rời xa quê vào mùa Thu năm ấy. Đến nay tôi đã ngoài 80 tuổi đời, vị chi tôi đã xa nơi này hơn 70 năm.

Vào một ngày đầu Xuân, từ bên kia đại dương, tôi quyết định về thăm làng quê dấu yêu của tôi, trước là thăm chú thím Nguyễn Văn Ức và cô Tao tôi cùng bà con họ hàng thân yêu, sau là mong bắt gặp được mùi lúa chín trên cánh đồng lúa vàng, ngọn gió quê hương trong miền ký ức tuổi thơ, được đi dưới hàng cau trên con đường làng, nghe từng chiếc lá xạc xào thanh âm miền thôn dã.

Vì xa quê lúc còn bé nhỏ nên tôi không hình dung ra được con đường về quê như thế nào nên phải nhờ khách sạn tôi lưu ngụ ở Hà Nội lên kế hoạch đưa tôi về thăm. Vì lo ngại cán bộ công an địa phương gây khó dễ cho Việt kiều chúng tôi nên vị giám đốc khách sạn đã hoan hỷ phái một nhân viên vừa công tác bán thời gian cho khách sạn, vừa làm việc trong ngành an ninh cùng với chiếc xe ô tô con bốn chổ ngồi mang bảng số xanh bên bộ công an biệt phái đưa vợ chồng tôi về làng (*lẽ dĩ nhiên mọi phí tổn tôi phải gánh trả cộng với chi phí khách sạn tôi ở*).

Khi xe qua khỏi Phố Nối tiến dần vào đất quê tôi, tôi đã nhờ người lái xe, chạy chậm dần và bắt đầu ngắm nhìn cánh đồng lúa và tìm cây đề đầu làng mà mẹ tôi nhắc đến. Đã lâu lắm rồi tôi không có dịp ngắm nhìn cảnh đồng quê làng xóm. Cái cảm giác bồi hồi, rưng rưng vui mừng len lén dặng lên trong lòng tôi.

Xe tiến vào con đường làng, lòng tôi bồi hồi hơn. Hai bên đường những đứa trẻ chăn trâu nhìn thấy chúng tôi ngồi trên xe, chúng nhìn xa lạ ngỡ ngàng.

Cây Bồ Đề Làng Dung 1000 năm tuổi

Đây rồi, đã thấy cây đề rồi. Đúng là làng Đậu Dung. Tôi nói với người tài xế kiếm chỗ đậu để chúng tôi đi bộ từ đây.

Thông thường mỗi làng quê ở miền Bắc đều trồng cây đa đầu làng để ai đi xa về là thấy cây đa làng mình, nhưng với làng tôi không phải là cây đa mà là cây đề. Cây đề làng tôi trở thành biểu tượng văn hoá tâm linh cùng với văn hóa lúa nước của làng quê miền châu thổ sông Hồng.

Mãi đến bây giờ, sau một thời gian dài đằng đẵng xa quê, xa xứ nay tôi mới có dịp trở về thăm làng và đúng như mẹ tôi nói làng có cây đề đầu làng, nay vẫn đứng sừng sững trơ gan cùng tuế nguyệt, luôn tỏa bóng mát cho dân làng và chào đón người con từ phương xa trở về.

Cây đề mà mẹ tôi nói chính là cây Bồ Đề, nay đã nghìn năm tuổi được nhà nước chính thức công nhận là cây di sản quốc gia.

Và khi nói tới làng Dung là nói đến Đậu, hay còn gọi là "Quán Đậu" nơi thờ đấng Tam Thanh. Trước cổng tam quan ngày nay có ghi 4 chữ "Tam Thanh Pháp Giới". Tôi hỏi chú Ức tôi, chú kể người dân làng và ngay cả chú chỉ biết đó là nơi thờ tam giáo đồng nguyên: đạo Phật, đạo Lão và đạo Nho. Cũng theo lời kể của các bô lão trong làng qua lời chú tôi nói lại, Đậu Dung, xa xưa gồm năm kiến trúc tụ lại bao gồm: ngôi chùa thờ Phật, Nhà thờ Tổ, Nhà thờ Mẫu, ngôi Đền thờ Thành Hoàng và Đình làng nơi hội họp của dân làng.

Thật ra, theo chỗ tôi được biết Tam Thanh là ba vị thần tiên tối cao trong Đạo giáo tại Trung Quốc. Có thể, từ hồi khai sơn ra làng đã thờ Đạo Giáo được du nhập từ Trung Hoa như một vài ngôi chùa miền Bắc hiện nay có thờ tượng Tam Thanh, điển hình là chùa Tam Thanh ở Lạng Sơn mà trước đây, theo lịch sử của chùa là nơi thờ tự của Đạo giáo, thờ Tam Thanh (*Thượng Thanh, Thái Thanh, Ngọc Thanh*). Về sau bị ảnh hưởng bởi nhiều yếu tố tâm linh tín ngưỡng khác nhau, nhất là đạo Phật trong thời Lý Trần là quốc đạo nên Đạo giáo trở nên mờ nhạt trong tiềm thức của người dân, và đền thờ đấng Tam Thanh, Đạo Giáo trở thành chùa sau khi đưa thêm Đức Phật Thích Ca vào thờ.

Trong các tranh tượng thờ Tam Thanh, cả ba được tạo hình thành ba ông lão. Nguyên Thủy Thiên Tôn ngồi giữa, cầm viên ngọc, Đạo Đức Thiên Tôn ngồi bên trái, cầm cây quạt, và Linh Bảo Thiên Tôn ngồi bên phải, cầm cây như ý.

Về cây Bồ Đề trồng trước sân chùa là chứng tích lịch sử còn lại từ thuở lập làng, có lẽ vào thời đại Hùng Vương với việc người dân Lạc Việt khai khẩn vùng Châu thổ sông Hồng. Không biết cây này có phải là cây con mang về Việt Nam từ cây mẹ ở Bồ Đề Đạo Tràng, Ấn Độ không. Nếu quả thật là đúng thì Phật Giáo đã có mặt ở làng tôi từ rất lâu nhưng nay đã mai một và không có một chứng tích nào thêm ngoài cây bồ đề này.

Ngày nay, cây cao lớn, rễ bám chằng chịt có tới 10 người ôm cũng không xuể. Cây có những cành to soắn suýt với nhau, một cành cây cũng phải to như cây cột đình. Từ xa người ta có thể dễ dàng nhận ra cây Bồ đề cao sừng sững. Cây nằm trong khuôn viên Đậu Dung là trung tâm của làng Dung thời đó và bây giờ.

Cây Bồ Đề mang ý nghĩa đặc biệt vì là cây linh thiêng nhất trong Phật giáo và trong nền văn hóa cổ đại Ấn Độ, cây có tên khoa học là Ficus religiosa. Cây gắn liền với lịch sử thành đạo của Đức Phật Thích Ca nên nó được mang thêm nhiều ý nghĩa mới, trong đó nghĩa chính là Giác Ngộ và các nghĩa khác mà theo thời gian các bô lão trong làng truyền nhau lại là mang đến may mắn, an lạc, hoà bình, thịnh vượng và hạnh phúc cho dân làng.
Từ xưa đến nay, các đời tổng thống và thủ tướng Ấn Độ mỗi khi thăm viếng nước ngoài thường hay mang tặng khách quý cây được chiết ra từ cây Bồ Đề gốc hiện còn tồn tại đến ngày nay ở Bồ Đề Đạo Tràng (Bodh Gaya), thuộc quận Gaya, bang Bihar, Ấn Độ.

Ở chùa Trấn Quốc Hà nội cũng có một cây do Tổng Thống Ấn Độ TS. Rajendra Prasad trao tặng vào đầu năm1959 khi ngài viếng thăm Việt Nam. Cây bồ đề này này được chiết từ cây bồ đề Tổ - nơi Đức Phật đã giác ngộ ở Bodhgaya khoảng 2.600 năm trước.

Bồ đề luôn được người dân Á Đông coi là loài cây biểu trưng của trí tuệ và lòng từ bi của Phật giáo. Hằng năm, có hàng triệu lượt du khách trên thế giới, trong đó hàng nghìn Phật

tử người Việt, tới chiêm bái dưới gốc cây bồ đề thiêng nơi Đức Phật giác ngộ thành đạo.
Bồ Đề phiên âm từ tiếng Phạn là Bodhi, nghĩa là sự tỉnh thức, giác ngộ. Cách nay 2.600 năm, Hoàng tử Gautama Siddhartha (Thích Ca Mâu Ni) đi khất thực dừng lại ở Bodh Gaya. Ngài ngồi thiền dưới gốc cây Bồ Đề 49 ngày đêm đạt giác ngộ và thành chính quả.

Với Nhà Phật, xét về địa danh thì Bodh Gaya là nơi thiêng nhất. Bồ Đề Đạo Tràng - danh xưng tiếng Việt là một trong bốn thánh tích Phật Giáo, gọi là Tứ Động Tâm tức bốn địa danh đánh dấu bốn sự kiện trọng đại trong cuộc đời của đức Phật Thích Ca Mâu Ni, gồm: khu vườn Lumbini (Lâm Tỳ Ni) – nơi đức Phật đản sanh, Bodhgaya (Bồ Đề Đạo Tràng) – nơi đức Phật thành đạo, Sarnath (vườn Lộc Uyển) – nơi đức Phật giảng pháp lần đầu tiên cho năm anh em nhà Trần Kiều Như từng tu khổ hạnh với Ngài và Kusinara (Câu Thi Na) – nơi đức Phật Niết bàn. "Động tâm" – mang ý nghĩa là "làm rung động tâm thức" – vì khi mọi người đến đây hành hương lễ Phật đều nhận được những cảm xúc chân thực, như có thêm nguồn lực vô hình trợ giúp lòng tin khi hướng về chân lý và đạo pháp của đức Thế Tôn.

****

Mải nói chuyện về làng Dung với cây Bồ Đề ngàn tuổi mà tôi quên kể tiếp ngày về quê tôi.

Hôm ấy, trời không nắng lắm, người lái xe dừng xe, đậu gần cây Bồ Đề. Một số đông bà con thấy có khách lạ từ phương xa đến hỏi thăm, chúng tôi nói từ thủ đô Hà Nội về thăm quê, muốn tìm nhà ông Nguyễn Văn Ức. Thế là các cậu bé khoảng bằng tuổi tôi ngày tôi rời làng dẫn ngay chúng tôi đến nhà ông Ức. Người đầu tiên la lên "anh chị Hòa đến thăm Bố ơi" là con gái lớn của chú Ức tôi. Chắc em nhận ra chúng tôi qua những tấm hình tôi gửi về.

Ông bà Nguyễn Văn Ức (Chú thím tác giả)

Gần bẩy mươi năm xa quê cũ, chú thím Ức tôi và mọi người trong gia đình mừng rỡ nghẹn ngào. Lúc ấy tôi chỉ biết nén lòng, cảm động trước tình cảm chân thành của chú thím và các em, các cháu cùng bà con xa gần.

Gần buổi trưa chú thím dọn mâm cơm đạm bạc với món rau muống luộc, rau muống sào tỏi mà lúc bé tôi thích, thêm một dĩa hột vịt lộn luộc. Khi được biết chúng tôi ăn chay nên tội nghiệp chú cho người đi tìm mua bằng được đậu hũ về luộc chấm với tương cự đà. Rau muống luộc chấm tương và rau muống sào tỏi cùng với món đậu hũ luộc là bữa cơm tuyệt vời không quên với chúng tôi. Trước khi ăn chú thắp ba nén nhang trên bàn thờ để khấn bái ông bà tổ tiên và giới thiệu với tổ tiên con trai thứ là Nguyễn Văn Hòa cùng với con

dâu về ra mắt họ hàng. Nhà tôi cảm động tỏ ra bẽn lẽn như người con gái mới bước chân về nhà chồng.
Thế rồi cả trưa ngày hôm đó bà con, trong đó có một số người từng giúp việc cho thầy mẹ tôi còn sống đến thăm hỏi tôi, quay quần trong căn nhà ba gian của chú tôi với những câu chuyện mà tôi không nhớ, những câu chuyện kể hoài không hết chẳng ai muốn về. Lòng tôi ấm áp vui sướng hạnh phúc vô cùng.

Nhìn chú thím, cả hai thân gầy, trán nhăn, vất vả ngược xuôi suốt cả đời vì con cháu mà chưa được ngày nghỉ ngơi. Tôi thương chú vô vàn. Tôi nhắc lại chuyện xưa dưới ánh trăng mờ chú gánh hai em tôi còn nhỏ, đưa thầy me tôi và chúng tôi rời xa làng trong đêm chốn chạy Việt Minh vào Nam. Chú cảm động, không ngờ tôi còn nhớ. Tôi thấy thương chú thím vô vàn. Cảm ơn chú thím Ức.

****

Sau gần 70 năm mới trở lại quê nhà, biết bao sự đổi thay, đường làng tôi đã được trải bê tông, các em đã có nhà, trong nhà có tủ lạnh tivi và có xe Honda chạy. Tôi cảm thấy lòng vui và được an ủi.

Chiều trôi qua thật nhanh, tôi không có nhiều thời gian để cùng các em ra ngắm đồng lúa xanh, cánh cò bay, mà đi thăm cô Tao, em ruột Thầy tôi và từng nhà anh em, bà con lối xóm. Vì lý do xa quê đã rất lâu nên còn lo ngại vấn đề an ninh, nên tôi đột xuất đến mà không báo trước cho chú thím, cũng như tôi không ở qua đêm, phải rời làng về Hà Nội trước khi trời sập tối.

Cuộc hội ngộ nào rồi cũng phải chia ly. Lòng tôi nghẹn ngào quyến luyến, trước giờ lên xe một số bà con tập trung ở nhà chú thím tôi tạm biệt, họ dặn dò giữ sức khoẻ và hẹn ngày trở lại. Thật lòng tôi muốn ở thêm một ngày nữa để thăm một vài di tích làng, đi thăm cánh đồng ruộng lúa đang trổ đòng đòng, nhưng vì thời gian không cho phép, tôi đành từ giã ra đi.

Tôi lên xe mọi người vẫy tay chào, trong đám đông tôi nhận ra mắt chú thím tôi đang rướm lệ.Tôi tự nhủ lòng mình nhất định sẽ trở về thăm chú và quê hương lần thứ hai.

Ao rau muống thả cá mà ngày xưa tôi từng bơi lội thuộc sở hữu của thầy me tôi nay là của chung

Đường vào nhà chú thím tôi

Phía sau nhà

Trước cửa nhà: chú thím Ức cùng các em của tác giả

Thăm nhà cô ruột (Cô Tao)

PHỤ LỤC 2

THĂM LẠI CHÙA XƯA

Chúng tôi trở về thăm chùa Linh Mụ vào một buổi sớm mai mùa Xuân. Huế đẹp như thơ, như bầu trời trong lồng lộng. Dòng Hương giang như một dải lụa xanh dịu dàng vắt qua kinh thành, như tiếng chuông chùa đang ngân vang thong thả. Đã lâu lắm rồi nay mới được thấy lại ngôi chùa xưa.

Trước mặt chúng tôi, tháp Phước Duyên vẫn đứng sừng sững, uy nghi và cổ kính. Tuy phần lớn các kiến trúc của chùa và tháp đã được sửa sang nhưng hình như đâu đó vẫn phảng phất nét rêu phong, mờ phai theo năm tháng, theo bao lần đổi thay của thời cuộc.

Chùa Linh Mụ bây giờ đẹp quá, nên thơ quá mà nhà thơ Minh Đức Triều Tâm Ảnh đã ví chùa như "*là một bài thơ Thiền lồng lộng giữa không gian mây nước, giữa khói sương, giữa mênh mang dâu bể và lòng người.*" Thật không có gì có thể nói hơn được nữa để miêu tả.

Chùa Linh Mụ cũng là ngôi chùa tôi đã được quy y để trở thành Phật tử chính thức, trở thành đệ tử tại gia của cố Đại lão

Hòa thượng Thích Đôn Hậu và cũng là nơi Ngài đã làm chủ lễ thành hôn cho chúng tôi.

Không hẹn trước, lại rất bất ngờ, trong bộ áo màu vàng giải thoát đơn sơ, với nét mặt hiền từ và nụ cười rất thanh thoát, Hoà Thượng Thích Trí Tựu, đương kim Trụ trì ngôi cổ tự, đã đón chúng tôi ngay trước lối vào phòng khách, thầy pha trà, cùng chúng tôi uống trà rồi nói chuyện, sau đó thầy đưa chúng tôi đi thăm cảnh chùa. Khi được biết chúng tôi là đệ tử của cố Đại lão Hòa thượng Thích Đôn Hậu, thầy thăm hỏi gia đình, công ăn việc làm bên ấy và hỏi thăm về một số người mà thầy đã quen biết như anh Trần Quang Thuận, anh Bùi Ngọc Đường, anh Hồng Quang. Thầy nhắc đến chuyện xưa, kể cho chúng tôi nghe những biến cố trọng đại của chùa, ngày Ôn lên đường ra Bắc, ngày Ôn trở lại chùa sau năm 1975 cũng như tiến trình tu bổ chùa và tình hình Phật giáo ở trong nước. Khi được hỏi về việc Ôn lên đường ra Bắc, thầy kể cho chúng tôi nghe mọi điều thầy thấy và nghe. Cũng vào một ngày đầu Xuân, cách nay đúng bốn mươi hai năm, tức là chỉ một năm sau khi chúng tôi quy y với Ôn. Thầy thong thả kể:

"*Vào khoảng giữa đêm Mồng một Tết Mậu Thân năm 1968, có một nhóm người lạ, mặc quân phục và mặc thường phục đến thăm Ôn. Ôn đang bị bệnh nặng, bệnh đau dạ dày và thường hay lên cơn suyễn. Thầy (Thích Trí Tựu) ngồi ở phía xa. Thầy Trí Lưu, thân phụ của thầy Thích Trí Siêu (Lê Mạnh Thát), lúc đó là Tri Sự chùa Linh Mụ, ngồi cạnh Ôn. Họ trịnh trọng mời Ôn về thành phố (Huế) họp. Ôn từ chối nói đau lắm không đi được. Họ khẩn khoản mời và nói có người đưa Ôn đi. Sau đó người ta khênh Ôn đặt trên một chiếc võng, có hai anh lính bộ đội gánh đi từ chùa Linh Mụ, không đi về hướng thành phố Huế mà rẽ về Chợ Thông thuộc làng An Ninh Hạ, đến La Chữ. Sau này gặp lại Ôn vào năm 1975, Ôn kể "ban ngày ngủ, ban đêm đi, khoảng một tháng mới đến Seopon, vùng biên giới Lào, có khi nghe tiếng máy bay trực thăng bay trên đầu. Trên đường đi, thiếu lương thực, bị quân đội Mỹ pháo kích, có nhiều người bị chết vì đói và sốt rét rừng. Họ đi theo đường mòn Hồ Chí Minh đến Nghệ An rồi từ Nghệ An ra Hà Nội bằng xe auto con. Mất hết bốn tháng mới đến Hà Nội."*

Đó là nguyên văn lời thầy Trí Tựu kể về cái đêm hôm ấy. Sự kiện này cũng được khẳng định bởi Giáo sư Tiến sĩ Lê Văn Hảo, nguyên là giáo sư Đại Học Văn Khoa Huế, Đà Lạt và Sài Gòn, Chủ Tịch Ủy Ban Nhân Dân Cách Mạng Thừa Thiên Huế giai đoạn Tết Mậu Thân. Gs. Hảo cho biết trong một cuộc phỏng vấn của Đài Phát Thanh RFA ngày 2-2-2008 vào dịp Tết Mậu Thân 1968, Gs. được các nhà lãnh đạo Mặt Trận (DTGPMN) mời đi họp trước khi họ tấn công Huế. Suốt thời gian Huế chìm ngập trong khói lửa, ông cho biết, thời gian đó ở trên núi không biết những gì đã xảy ra cho Huế ngoại trừ tin tức nghe được qua đài phát thanh. Cũng theo ông cho biết, trong số những người lên núi, rồi sau đó cùng ra Bắc với ông có Hòa Thượng Thích Đôn Hậu. Hòa Thượng phải ngồi võng cho hai anh quân nhân giải phóng khiêng, bà Nguyễn đình Chi và cụ Nguyễn Đóa cũng ngồi võng, Gs. Hảo lúc đó mới 32 tuổi, còn khỏe mạnh nên đi bộ như mọi người khác. Gs Hảo còn cho biết, lúc ở thành phố Huế tất cả mọi người đều được mời đi họp, (bắt đầu trích:)

"Riêng cụ Thích Đôn Hậu thì cụ bị bắt cóc lúc mà quân giải phóng đã chiếm được thành phố Huế rồi thì họ mời cụ lên võng để đi họp thì nó cũng võng cụ lên trên núi luôn. Bà Nguyễn Đình Chi cũng trường hợp như vậy, tức là mời bà đị họp rồi võng Bà lên núi luôn. Những người trẻ hơn như anh Tôn Thất Dương Tiềm thì lúc đó đi theo quân giải phóng, ông Tiềm là Việt Cộng nằm vùng mà! và một vài vị khác cũng là Việt Cộng nằm vùng thì cũng tà tà lên núi thôi và tất cả chúng tôi gặp nhau ở trên núi, và khi đi ra ngoài Bắc thì chúng tôi cũng đi cùng một lượt với nhau". (hết trích) [*]

Trên đây là câu chuyện của 42 năm về trước. Hòa thượng Đôn Hậu đã ra đi và câu chuyện đã đi vào lịch sử. Trong bài viết này người viết xin ghi lại lời kể của hai chứng nhân lịch sử: Thầy Thích Trí Tựu, Trụ trì chùa Linh Mụ hiện ở Huế và Gs Ts Lê Văn Hảo hiện ở Pháp.

****

Rời phòng khách ra ngoài, mới hơn 9 giờ sáng mà nắng đã chói chang, lung linh nhảy múa trên từng lối đi. Chúng tôi được thầy đặc biệt đưa đi thăm lớp học của các chú điệu, thăm bảo tháp của Ôn Linh Mụ và chụp hình lưu niệm. Trong khuôn viên chùa, đâu đâu chúng tôi cũng nhìn thấy, cũng bắt gặp những chú điệu trong chiếc áo lam hoặc áo nâu sòng, ai cũng với nét mặt hiền lành, khiêm tốn, dáng vẻ dịu dàng. Chúng tôi nghe lòng dâng nhẹ niềm vui với cảm nghĩ quả thật đạo Phật bao giờ cũng nhẹ nhàng hòa tan vào lòng người, lòng đời và lòng đất Huế.

(Chú thích: Trong bài chúng tôi có dùng chữ ôn tức là Hòa thượng Thích Đôn Hậu, đây là từ xưng hô rất mực tôn kính của Tăng Ni và Phật tử xứ Huế để bạch với các bậc Hòa thượng, hoặc các vị trưởng lão tôn túc.)

Thầy Thích Trí Tựu đứng trước bảo tháp cố Đại lão Hòa thượng Thích Đôn Hậu (Ảnh: Tâm Diệu)

Thầy Trí Tựu chụp hình chung với đoàn Từ trái qua phải: Bích Phụng, Lisa, thầy Trí Tựu, tác giả, chị Lành. Phía sau: Monica, anh Lành)

Thầy Trí Tựu trong phòng khách

Tháp Phước Duyên nhìn từ bến đò sông Hương

PHỤ LỤC 3

QUY NHƠN NGÀY VỀ
(HỒI KÝ)

Từ ngày rời xa mái trường Sư Phạm thân yêu đến nay cũng đã hơn bốn mươi năm, trong lòng tôi vẫn mong ước có một ngày về thăm lại trường xưa và nhân duyên ấy cũng đã tới. Năm 2006 tôi cùng một vài người bạn sau những ngày thăm xứ Huế, tôi xuôi Nam về thăm lại Quy Nhơn. Tuy chỉ có hai năm học ở Sư Phạm, so với thời gian học ở Huế thật là ngắn ngủi, với một đời người lại càng ngắn ngủi hơn, nhưng với kỷ niệm thì nhiều và vô cùng quí giá. Quy Nhơn đã mang đến cho tôi thật nhiều kỷ niệm, những ngày trời nắng, những chiều mưa và những mùa trăng. Quy Nhơn đã cho tôi tình yêu, vừa nồng nàn, vừa thiết tha lại chân tình giữa lúc khói lửa chiến chinh đang lan tràn trên quê hương và mãi thuỷ chung cho đến bây giờ nơi xứ người…

Sau khi vượt qua qua mấy trăm cây số đường, qua Hội An, Tam Kỳ, và Quảng Ngãi, chúng tôi đã tới Quy Nhơn vào một buổi chiều xám nghịt cả bầu trời. Thành phố đang ướt sũng trong mưa. Hình như Quy Nhơn đang vào mùa mưa, từng cơn mưa nặng lại từng cơn mưa nhẹ cứ chập chùng từ biển theo nhau về. Lòng tôi chợt thấy bâng khuâng lẫn bồi hồi. Giờ thì chẳng cần phải ao ước để được đi dưới cơn mưa chiều, mưa sáng của miền Trung hay ngồi ở góc phòng nội trú mà nhủ thầm mưa gì mưa mãi không thôi! Rồi bỗng thấy yêu Quy Nhơn, yêu mái trường xưa, yêu nhiều con người miền Trung chịu thương chịu khó.

Xe đưa tôi đến khách sạn Hải Âu, một khách sạn mới xây, nằm ngay sát bãi biển đối diện với mái trường xưa mà bây giờ đã đổi tên là trường *Đại học Sư Phạm Quy Nhơn.* Từ bên này khách sạn nhìn qua cổng trường, sinh viên ra vào tấp nập, nào là ba lô trên vai, nào tay mang sách, tay cắp cặp, làm tôi liên tưởng đến bao lớp người đã qua, họ đến rồi đi như những chuyến xe đến, những chuyến xe đi, những đoàn tàu rời sân ga mang người đến, mang người đi, nhưng Quy Nhơn - thành phố biển thân thương mãi còn ở lại, và tôi, người từ bên kia bờ đại dương lại đến đây như điểm hẹn từ trong tiền kiếp nào xa xăm. Tôi bỗng lặng nghe đất trời, lặng nghe dòng đời, lặng nghe lòng người...mà thả hồn về dĩ vãng xa xưa.

Ngày ấy, ngày đầu đến thành phố biển này, tôi cảm thấy xa lạ và bỡ ngỡ nhưng rồi sau hai năm học tôi chẳng bao giờ quên, bởi nơi này đã đánh dấu một thời son trẻ - thời đi học làm cô giáo - thời của những buồn vui với tình bạn, nhung nhớ với tình yêu và tình thầy trò sách vở...Nào những ngày trời nắng, những đêm trăng sư phạm, những chiều đi dạo ven bãi biển trong sắc mầu hoàng hôn, những sáng thứ Bảy con đường Gia

Long dập dìu những tà áo trắng của nữ sinh Cường Để và nữ giáo sinh sư phạm chúng tôi, những quán chè ngập trong tiếng nhạc, con đường trước cổng trường đầy đất đỏ, tiếng gào của gió, của hàng phi lao ven biển và tiếng vang rì rầm của sóng biển khi nội trú đã đi vào giấc ngủ, căn phòng rộng với những chiếc giường tầng quen thuộc, đưa tôi vào những mộng mị thiên thần, những mơ ước tuổi tình yêu. Cũng không quên được cảnh sinh hoạt nội trú ồn ào với tiếng nhạc của những buổi chiều, tiếng la hét, cười đùa vọng dọc hành lang, những đêm mất điện khung trời nội trú đầy sao và ánh trăng., những kỷ niệm đẹp khó phai nhòa trong tâm tưởng.

Rồi những "bảy ngày đợi mong", mong cuối tuần ra phố, mong gặp người yêu, mong thời gian trôi nhanh, rồi lại mong thời gian thôi đừng qua mau…Thế nhưng, thời gian chẳng chờ đợi ai, hai năm học cũng trôi qua, chất chứa biết bao kỷ niệm về mái trường xưa, về thành phố biển mến yêu. Những kỷ niệm về các thầy như: Thầy Lương hiệu trưởng, thầy Tâm giám học, thầy Bào, thầy Bân, thầy Bồn, thầy Tấn, thầy Tôn, cô Trâm giám thị nội trú nữ và Nghi Trinh lớp trưởng và rất nhiều thầy cô khác mà tôi chưa nhớ hết. Các thầy cô bây giờ thế nào, tôi chưa một lần gặp lại. Riêng Nghi Trinh, chị lớp trưởng của tôi, tôi đã gặp lại chị giữa lòng thủ đô Hà Nội nhân chuyến về tham dự đại lễ Phật Đản Liên Hợp Quốc 2008 vừa qua. Trinh vẫn vui vẻ, dễ thương và rất là văn nghệ. Chúng tôi đã cùng nhau ôn lại những kỷ niệm xưa từ thời Đồng Khánh đến Sư Phạm rồi cùng nhau hẹn hò đi dạo quanh hồ Hoàn Kiếm chụp hình hoa bằng lăng tím và phượng đỏ rơi phủ mặt hồ…. Ngày ra trường, tôi được bổ dụng về Tam Kỳ và sau một niên học tôi được thuyên chuyển về Saigon dạy trường Bàn Cờ, trường Nguyễn Thiện Thuật rồi sau ngày 30 tháng 4 năm 1975 tôi được chuyển về dạy cấp 2 trường trung học cơ sở Phan Đình Phùng. Dòng đời thay đổi theo mệnh nước nổi trôi. Tôi và gia đình phải từ giã quê hương ra đi không biết ngày nào mới trở lại.

Giờ này, nhìn lại mái trường, không thấy những dấu vết và bóng dáng xưa, hầu như hoàn toàn mới, kiến trúc tân kỳ. Con đường đất đỏ từ trường dẫn ra thành phố, chúng tôi không bao giờ quên được, ngày xưa mỗi lẫn trời nắng với gió thổi là bụi tung mù trời và mỗi khi mưa xuống là bùn sình ngập lối đi. Bây giờ cảnh ấy không còn nữa, đường được mở rộng hai lằn xe, tráng nhựa phẳng phiu.

Phía trước mặt trường là công viên *Thiếu Nhi* với cây xanh, hoa nở và ghế đá, bên cạnh công viên là khách sạn Hải Âu 11 tầng cao ngạo nghễ nằm sát bãi biển. Trường đã hai lần đổi tên, ba năm sau ngày thống nhất đất nước trường được xây mới lại và đổi tên thành *Đại Học Sư Phạm Quy Nhơn* và hai mươi lăm năm sau trường được phát triển thành đại học đa ngành với nhiều phân khoa và đổi tên thành trường *Đại Học Quy Nhơn*. Quả là có quá nhiều thay đổi theo sự đổi thay của đất nước, những thầy cô giáo cũ, bạn bè xưa có lẽ nay đã vắng bóng nhiều, kẻ về quê nghỉ hưu, người ra hải ngoại, kẻ còn người mất.... *(ảnh trên: Bích Phụng, Minh Quyết & Diệu Thơ tại Cù Lao Xanh năm 1966*)

Hôm nay, đến tận mái trường Sư Phạm thấy những đổi thay mà chạnh lòng nhớ đến người xưa, các bạn thân cũ của tôi, nào Minh Quyết, Ni Na, Liên Hoa, Cảnh Thị và những bạn bè khoá 4, phòng 2 nội trú bây giờ mỗi đứa một nơi, người góc biển, kẻ chân trời, mới ngày nào đây, bây giờ thoáng đã trên 40 năm rồi nhỉ! *Trường xưa giờ đã thay tên / Bạn hiền thuở ấy lênh đênh phương nào?!*

*****

Khách sạn Hải Âu trên bờ biển về đêm thật yên tĩnh. Gió biển thổi qua hàng dừa cùng tiếng sóng vỗ rì rào, mang theo mùi biển hòa lẫn mùi thơm hoa nhài đang nở trước sân, đem tới lòng tôi hương vị dịu ngọt của buổi bình yên, để rồi càng gợi dậy cho tôi bao kỷ niệm của những ngày xưa thân ái.

Qua ngày hôm sau, chúng tôi dùng trọn ngày đi thăm những nơi mà chúng tôi đã đến, đã qua, những con đường xưa, những danh lam thắng cảnh của thành phố biển, nơi đã một lần mang tên Đồ Bàn, kinh đô của vương quốc Chiêm Thành. Quy Nhơn, tuy không có nét đẹp cổ như xứ Huế, thơ mộng như Đà Lạt, xinh đẹp như Nha Trang nhưng nó vẫn có những nét đẹp riêng, có lẽ một phần vì chất chứa những kỷ niệm đẹp của riêng tôi.

Ghềng Ráng, chỉ cách không đầy một cây số từ trường Sư Phạm, cũng đã thay đổi nhiều, tuy vẫn được xem là tác phẩm thiên tạo với quần thể sơn thạch chạy sát biển, đá chất chập chùng, quanh năm lộng gió, sóng vỗ rì rào, nhưng nay đã được bàn tay con người tô điểm thêm và thương mại hóa thành trung tâm du lịch lớn của Quy Nhơn với những khu nhà nghỉ mát phía trên nhìn xuống biển, với khách sạn và nhà hàng sang trọng.

Bên cạnh *Ghềnh Ráng* là *Bãi Trứng* với những viên đá tròn trông như những quả trứng chim đại bàng.

Không xa *Ghềnh Ráng* và *Bãi Trứng* là *Quy Hoà* và mộ thi sĩ Hàn Mặc Tử. Quy Hoà bây giờ cũng rất khác xưa. Toàn khu bệnh viện, nhà thờ, công viên và nhà cửa đắm chìm dưới rừng dừa và phi lao xanh, khang trang, sạch sẽ và đẹp đẽ, được kiến thiết như một thành phố nhỏ có dáng dấp kiến trúc Tây phương. Chính nơi đây, thi sĩ Hàn Mặc Tử đã trút hơi thở cuối cùng sau một thời gian chịu đựng căn bệnh phong cùi nghiệt ngã. Trong khu này còn có ngôi mộ an táng đầu tiên, nhưng mộ chính của thi sĩ Hàn Mặc Tử đã được nhà thơ Quách Tấn, người đứng ra di dời hài cốt thi sĩ từ bệnh viện về nằm trên sườn đồi thơ mộng, nhìn xuống biển Đông quanh năm lộng gió vào năm 1959. Con dốc đá dẫn lên ngôi mộ Hàn Mặc Tử ngày nay được gọi là dốc Mộng Cầm, bây giờ đã được tráng nhựa bằng phẳng, sạch sẽ. Phía sau mộ là gian phòng lưu niệm có nhiều ảnh, tư liệu về cuộc đời ông. Trên bia mộ ghi tên những người trong gia đình thi sĩ và nhà thơ Quách Tấn, người lập mộ.

Buổi chiều chúng tôi đi phố chợ, nơi mà ngày xưa tôi đã từng cùng bạn bè hay đi mua sắm vào cuối tuần. Chợ Quy Nhơn bây giờ có vẻ khang trang sạch sẽ hơn nhưng thiếu vắng khu bán đồ hộp và các vật dụng khác của quân đội Mỹ và Hàn nhập lậu từ các PX mà các giáo sinh chúng tôi thường hay chiếu cố khi xưa. Con đường Phan Bội Châu, Tăng Bạt Hổ, Trần Cao Vân vẫn còn đó nhưng sao tôi thấy như nhỏ lại. Con đường Gia Long bây giờ đã mất tên, không còn như ngày xưa, vỉa hè hẹp hơn, lòng đường lại rộng hơn, có vẻ khang trang hơn, hàng quán hai bên và người qua lại đông hơn dù là ngày thường. Tìm mãi không thấy hiệu sách cũ mà tôi thường đến đó mua tạp chí Văn cuối tuần. Tìm quán kem xưa gần hội trường thành phố cũng không còn và cả phi trường Quy Nhơn cũ nay cũng đã biến thành khu dân cư sang trọng. Người tài xế xe taxi Mai Linh khi lái xe ngang khu này đã cười và nói với chúng tôi đó là khu "*Trần Dư*", mới đầu tôi cứ tưởng đó là tên gọi con đường của một vị lãnh đạo cao cấp nào, nhưng sau mới hiểu *Trần Dư* nói lái là khu "trừ dân" (chúng).

Ngày hôm sau, trên đường ra sân bay Phù Cát để về Saigon, chúng tôi ghé thăm chùa *Thập Tháp* và *Tu Viện Nguyên Thiều*. Đã hơn mười giờ sáng mà chùa Thập Tháp còn đóng cửa im lìm, hồ sen trước mặt không thấy sen mà chỉ có hoa bèo cùng với hoa lục bình tím. Tu viện *Nguyên Thiều* cũng không thấy bóng y vàng, áo nâu. Ngôi tượng Phật Thích Ca vẫn uy nghi còn đó chứng kiến bao thăng trầm của kiếp nhân sinh. Sau đó xe đưa chúng tôi đến phi trường Phù Cát vào xế trưa, nhà ga phi trường còn đóng cửa, không một bóng nhân viên phi cảng. Hỏi ra mới biết phi trường một tuần chỉ mở cửa ba lần, mỗi lần khoảng ba tiếng để đón khách đến và đưa khách đi. Vì chúng tôi đi bằng xe riêng nên đến trước xe chở nhân viên và khách của hãng hàng không Việt Nam Airlines.

Bầu trời Phù Cát chiều nay có chút nắng vàng, chiếc Air Bus 320 từ từ chuyển bánh ra phi đạo, nơi đây ngày xưa là một phi trường quân sự nhộn nhịp hàng nhì vùng Đông Nam Á, bây giờ hoang vắng, cỏ dại mọc khắp nơi. Từ cửa sổ phi cơ nhìn xuống, tôi còn thấy những hố bom trên những cánh đồng xanh. Xa xa kia là thành phố cũ với trường xưa nay đã thay đổi, nhưng sao trong ký ức tôi vẫn như còn đó bóng hình xưa.

Tôi nhớ đến câu nói của nhà hiền triết Hy Lạp, "*Không ai có thể đặt chân hai lần trên cùng một dòng sông*". Quả thật là như vậy, chúng ta không bao giờ có thể đặt chân xuống hai lần trong cùng một dòng sông. Trên cùng một con sông, dòng nước của ngày hôm nay có vẻ như là không khác so với dòng nước của ngày hôm qua. Nhưng thật ra nước sông ngày hôm nay là nước mới ở trên nguồn vừa chảy xuống, còn nước ngày hôm qua bây giờ đã trôi đi xa và có lẽ đã hòa nhập với nước ở ngoài đại dương hay đang bốc thành mây bay trên bầu trời. Cuộc đời cũng thế, vẫn cứ trôi chảy liên tục không bao giờ ngừng nghỉ. Không phải chỉ có dòng nước đã trôi đi mà chính mình cũng không còn y như ngày xưa nữa! Cảnh vật cũng như chính thân người có khác gì đâu, vẫn luôn đổi thay, luôn chảy như dòng sông, tuôn chảy như thác đổ hay luôn trôi bồng bềnh trên bầu trời như đám mây và thoáng qua như vó ngựa. Nói theo danh từ nhà Phật thì đó là "vô thường".

Mới hay cái lẽ vô thường
Có rồi không đó vấn vương làm gì!

Chiếc máy bay đã gia tăng tốc độ lao vào không gian đầy mây mù, để lại bên dưới thành phố Quy Nhơn ngày xưa cũ của tôi. Thôi giã từ Quy Nhơn, gĩa từ trường xưa yêu dấu, giã từ biển chiều lộng gió ...

Gĩa biệt nhé Quy Nhơn ơi !
Quê người đôi ngã xa rời từ đây.

Hàn Bích Phụng (khoá 4)
(Viết cho Đặc san Sư Phạm Quy Nhơn)

PHỤ LỤC 4

CÔNG TRÌNH HÓA SỐ THƯ VIỆN ĐIỆN TỬ

Do được học về ngành khoa học điện toán và làm việc dưới hình thức work study tại thư viện trường đại học khi còn là sinh viên, nên tôi đã có ý tưởng xây dựng một thư viện điện tử Digital Library mà bây giờ người ta gọi là thư viện số hay thư viện ảo. Tôi gợi ý này cho vị giáo sư cố vấn của tôi, ông chỉ cười và không nói gì cả, chắc có lẽ ý tưởng của tôi là một ý tưởng điên rồ. Vài tuần sau khi gặp lại ông, ông cho biết trong thời điểm hiện tại không thể thực hiện được vì ngành khoa học điện toán (lúc bấy giờ) không có nhiều ngôn ngữ lập trình, chỉ có hai ngôn ngữ chính là Fotran và Cobol. Fortran ứng dụng cho ngành kỹ thuật và Cobol ứng dụng cho ngành kinh doanh thương mại.

Mãi về sau khi đi làm và ổn định cuộc sống tôi lại nghĩ đến ý tưởng đó và quyết tâm thực hiện việc xây dựng một thư viện điện tử trong phạm vi tôn giáo mà điển hình là Phật Giáo. Mục đích là lưu trữ kinh sách và tài liệu Phật Giáo nhằm đáp ứng nhu cầu tìm kiếm và đọc kinh sách trực tuyến cho nhiều người ở mọi nơi và mọi lúc. Ở đó, mọi người có thể tìm kiếm bất cứ cuốn sách nào mình muốn, cũng có thể download sách đó qua dạng văn bản pdf về máy nhà một cách nhanh nhất và tốt nhất. Tầm nhìn xa là từ mọi nơi trên thế giới, ai cũng có cơ hội tiếp cận thông tin một cách bình đẳng, không phụ thuộc vào vị trí địa lý, thời gian.

****

Nhiều năm sau ngày tôi ra trường có nhiều loại ngôn ngữ lập trình khác đã được ra đời như ngôn ngữ c và c++, rồi sau đó là ngôn ngữ lập trình html, html5 và css3. Thêm vào đó là JavaScipt.

Để xây dựng một thư viện điện tử thật hoàn hảo đáp ứng được nhiều nhu cầu tôi phải học hỏi thêm một số ngôn ngữ lập trình mới này. Tuy nhiên, còn trở ngại là ngôn ngữ tiếng Việt chưa thích ứng nên phải lập trình chuyển đổi tiếng Việt thông thường qua ngôn ngữ tiếng Việt chung có tiêu chuẩn quốc tế, gọi là Unicode.

Thời điểm khi Thư Viện Hoa Sen hình thành thì ở Việt Nam chưa có hệ thống Internet nối kết với thế giới bên ngoài và dĩ nhiên chưa có một trang web điện tử nào. Chưa có các báo điện tử online như Vietnam Net, VNExpress, Giác Ngộ…Với Phật Giáo, lúc ấy trên toàn thế giới chỉ có 4 websites Phật giáo tiếng Việt là Đạo Phật Ngày Nay của thầy Thích Nhật Từ đặt tại Pháp, Trang nhà Quảng Đức của thầy Thích Nguyên Tạng ở Úc, trang nhà Budhassana của anh Bình Anson tại Úc và Thư Viện Hoa Sen ở Hoa Kỳ. Nhớ lại hồi đó chúng tôi thường trao đổi kinh nghiệm cho nhau và giúp đỡ lẫn nhau trong việc thiết lập trang web tiếng Việt.

Thư Viện Hoa Sen hồi mới thiết lập rất đơn sơ, địa chỉ web (URL) đầu tiên là www. Jps.net/hoasen do một công ty điện toán ở California làm chủ quản. Do nhu cầu phát triển, sau đó Thư Viện Hoa Sen chuyển qua một công ty khác là Delta và cuối cùng gặp được một thân hữu Phật tử đang là chủ quản một công ty ngành IT, VNVN. Thế là “tâm đầu ý hợp” hợp sức cùng nhau làm việc hỗ trợ hoằng dương Phật Pháp vì lợi ích cộng đồng nhằm phát triển lớn mạnh và lâu dài như ngày nay. Mới đầu thiết lập server in house, sau ký hợp đầu dài hạn với AMS làm nơi lưu trữ dữ liệu thay thế. Sau cùng, do chi phí quá tốn kém nên lại trở về giải pháp cũ server in house.

Hồi đó, do hạn chế về ngôn ngữ lập trình nên phải tốn rất nhiều thời gian thực hiện việc số hóa dữ liệu, từ việc lên ý tưởng rồi thiết kế cấu trúc xong viết code và chạy thử, sửa bugs… Ngày nay, với sự trợ giúp của trí tuệ nhân tạo AI chỉ tốn khoảng một hoặc hai tiếng đồng hồ là hoàn tất việc lập trình.

Cũng cần mở ngoặc nói thêm ở đây là công trình đánh máy lại kinh sách Phật Giáo. Bên anh Bình Anson ở Úc tổ chức đánh máy tất cả kinh sách Pali của HT. Thích Minh Châu và bên Thư Viện Hoa Sen tổ chức đánh máy các bộ kinh lớn hệ Sanskrit Bắc truyền như kinh Hoa Nghiêm, kinh Đại Bảo Tích, kinh Đại Niết Bàn... Nhớ lại hồi đó tuy vất vả nhưng thật là vui, một thứ vui an lạc. Hầu như các bộ kinh lớn Bắc truyền hiện nay trên Thư Viện Hoa Sen được đánh máy bởi nhiều Phật tử ở khắp nơi trên thế giới, từ Âu châu, Á châu và Việt Nam. Ban biên tập Thư Viện Hoa Sen có nhiệm vụ điều hợp, phân phối công tác và tiếp nhận xong nối ráp lại thành sách điện tử. Nơi đây xin tri ơn quý thầy **Thích Đồng Bổn**, chùa Xá Lợi (Việt Nam), thầy **Thích Đồng Thường**, chùa Giác Nguyên (Việt Nam) đã trợ giúp đánh máy qua các Phật tử của quý thầy và nhất là các thân hữu Phật tử cư ngụ tại các châu lục, đặc biệt ở Âu châu.

Một điểm đặc biệt cũng cần nêu ra ở đây là Thư Viện Hoa Sen **tự đài thọ mọi kinh phí điều hành** bằng tiền cá nhân của các thành viên ban biên tập và không nhận quảng cáo từ khi thành lập cho đến gần đây, và cũng **không nhận tiền ủng hộ của độc giả hoặc các tổ chức kinh doanh hay chính trị** nhằm tránh bị chi phối do **chính kiến khác biệt**. Cũng vì thế mà cho đến nay Thư Viện Hoa Sen vẫn được xem là website Phật Giáo đáng tin cậy, luôn được xếp hạng thứ nhất số người truy cập trong số các website Phật Giáo tiếng Việt. Trong một bài viết về tình trạng Phật Giáo tại Hoa Kỳ cách nay nhiều năm, Thầy Thích Nguyên Tạng có đề cập đến website Thư Viện Hoa Sen. Thầy viết: "*Có trên hai mươi Website Phật Giáo Việt Nam tại Hoa Kỳ để phổ biến giáo lý cho Phật tử mười phương nâng cao tầm hiểu biết của mình. Một trong những Web site PGVN đầu tiên ở Hoa Kỳ là Hoa Sen, do đạo hữu Tâm Diệu chủ trương cùng kết hợp với một nhóm nghiên cứu Phật học và hành trì Phật pháp ở quận hạt Orange County, miền Nam California, thiết lập vào năm 1994. Đây là web site tiếng Việt đầu tiên sử dụng kỹ thuật hiện đại vi tính dynamic font và doc-true để độc giả Việt Nam ở khắp nơi trên thế giới có thể đọc được chữ Việt mà không cần phải có bộ chữ Việt cài vào máy. Về nội dung, Hoa Sen tựa như một thư viện Phật học nhỏ mở cửa 24 giờ một ngày, lưu trữ các sách vở kinh điển Phật giáo của tất cả các truyền thống và các bài giảng pháp của nhiều Thầy có khuynh hướng tu tập khác nhau. Địa chỉ vào xem Hoa Sen là http://www.jps.net/hoasen và một địa chỉ khác của Hoa Sen là: Http://www.saigon.com/~hoasen .*" *[Hết trích]*

Ngày nay địa chỉ truy cập của Thư Viện Hoa Sen là https://thuvienhoasen.org

Nguồn https://www.daophatngaynay.com/vn/phatgiao-qt/dat-nuoc/3395-phat-giao-tai-hoa-ky.html

PHỤ LỤC 5

CHÚC THƯ

Chúng ta, dù đẹp đẽ hay xấu xa, giầu sang hay nghèo khó, khôn ngoan hay khờ dại cũng chỉ như là một khách lữ hành ở trọ trần gian, mai này rồi ai nấy cũng sẽ phải từ giã quán trọ ra đi một mình. Sự ra đi này không miễn trừ một ai, nó đến với tất cả mọi người, đến lúc tuổi còn thơ, đến lúc tuổi thanh xuân hay đến lúc tuổi già. Ai rồi cũng phải ra đi.

Một kiếp người rất ngắn ngủi. Ai sinh ra trên quả địa cầu nầy cũng giống nhau. Đó là khi ra đời trần trụi không mảnh vải che thân và khi chết cũng không ai mang theo được một một đồng tiền nào theo thân, ngoại trừ mang theo nghiệp thiện hay nghiệp ác tạo tác từ đời hiện tại, đời trước hay từ nhiều kiếp về trước tích lũy.

Chúng ta đến thế giới này, có lẽ đều có mẫu số chung là làm đẹp cho đời, không phải đấu tranh hơn thua với nhau trong từng lời nói, từng cử chỉ, từng miếng cơm, manh áo để rồi một ngày nào đó chúng ta cũng phải ra đi dầu sớm hay muộn. Chúng ta sẽ ra đi lúc nào, bằng cách nào và sẽ đến đâu không rõ, nhưng có điều chắc chắn là **sẽ phải ra đi**. Vậy chúng ta nên tự ý thức rằng: hạnh phúc hay khổ đau, tất cả đều do chúng ta tạo ra cả. Hãy tự gánh chịu những trách nhiệm của mình đang thực hiện ở đây. Có như vậy thế giới nầy mới có thể được sống trong an bình, thịnh vượng và hạnh phúc.

****

Theo thống kê của Wordometer, tuổi thọ trung bình của người dân trên thế giới là 75,6 cho nữ và 70,8 cho nam. Với người Việt Nam tuổi thọ là 79,8 cho nữ và 71,7 cho nam. Đến hôm nay Ba đã 84 tuổi, cao hơn tuổi thọ trung bình của người Việt Nam rồi, Ba nghĩ là đến tuổi 84 Ba đã sống vừa đủ cho một đời người để sẵn sàng ra đi, khi tâm trí còn sáng suốt và thân thể tương đối còn khỏe mạnh và nhất là không trở thành gánh nặng cho gia đình. Vì thế Ba viết chúc thư này dặn dò các con và các cháu.

-Khi Ba mất đi, tang lễ nên tổ chức: (1) Đơn giản, để biểu thị lòng thương xót nhớ thương. (2) Trang nghiêm, để biểu thị lòng hiếu kính. (3) Tiết kiệm, để dành tiền làm các việc công ích cho cộng đồng như các việc từ thiện xã hội và giáo dục. (4) Không báo tang, không đăng báo cáo phó, không làm những việc nhằm phô trương cho cá nhân hay dòng họ lãng phí vô ích. (5) Nên loại bỏ những phong tục tập quán không phù hợp với Pháp của Phật và không nên theo tập tục mê tín dị đoan của thế gian, như đốt giấy tiền vàng bạc, coi ngày giờ tốt xấu, mở cửa mả, cúng cơm v.v.

-Trong lễ tang cũng như những ngày tiếp theo về sau, không cúng cơm, Đức Phật dạy theo Phật giáo Nam truyền là chết đây sanh kia, việc tái sinh xảy ra tức khắc chỉ trong một sát na niệm tưởng, không để trống khoảnh khắc nào trong trạng thái lưng chừng; còn theo Phật Giáo Bắc truyền cho rằng có một số trường hợp có thể phải qua giai đoạn chuyển tiếp, ở đó chúng sinh mang dạng "thân trung ấm" không hình tướng, lưu lại trong thời gian từ một đến bảy tuần lễ.

-Trong phần lớn cuộc đời tu tập, Ba đi theo con đường giác ngộ giải thoát của Đức Phật. Ba tự mình tu nên tự biết đường đi. Nói một cách đơn giản, trong suốt cuộc đời Ba luôn làm điều thiện, không làm điều ác, không hề sát sanh hay đánh đập hành hạ bất cứ chúng sinh nào nên sẽ không bị đọa vào ba đường ác: địa ngục, ngạ quỷ và súc sinh, do đó việc tụng kinh để cầu siêu cúng cơm cho Ba siêu thoát là điều không cần thiết, các con và cháu đừng có bận tâm. Đức Phật dạy nếu không tạo những nghiệp ác thì mình sẽ tái sinh vào cảnh giới an lành ngay lúc mệnh chung. Nghiệp lực sẽ dẫn dắt Ba về nơi tương xứng, về nơi cảnh giới an lành, cũng như nghiệp lực đã đưa đẩy Ba từ Việt Nam sang Mỹ.

-Việc cúng cơm ngày nay tại các tang lễ chỉ là để tưởng nhớ chứ người chết không ăn được, vì thế không nên cúng cơm, chỉ tụng kinh niệm Phật thôi. Việc mời thầy đến cúng, kể cả lúc di quan là điều không cần thiết, chỉ tốn công, tốn phí và mất thì giờ. Chư Tôn Đức Phật giáo Chánh tín nói là hãy bỏ đi, việc này không đúng chánh pháp. Mỗi tối chỉ cần ngồi thiền, tụng kinh, niệm Phật trong vòng 49 ngày.

-Trong trường hợp Ba có bệnh phải sống đời sống thực vật, thì các con và cháu dừng ngay thức ăn trong vòng nhiều ngày để Ba ra đi thanh thản. Về phía luật pháp, Ba đã ký văn bản "*Bản Tuyên Ngôn Chết Tự Nhiên*" (*California Natuaral Death Act Declaration*) với hai người chứng và đã gửi cho PCP của Ba là Bác sĩ Danny Vo - Hoag Medical Group, biết là Ba tự mình quyết định chấm dứt sự sống mà không cần máy trợ sinh (*life-sustaining treatment*), một khi hai vị bác sĩ y khoa bệnh viện xác nhận tình trạng cơ thể sẽ chết trong một thời gian rất ngắn nếu không có máy trợ sinh.

-Trong giây phút lâm chung, khi hơi thở sắp dứt, một người thân nhất trong gia đình, có thể là mẹ của các con hay con gái hoặc con trai của Ba nên đến bên giường nói cho Ba, nhắc nhở cho Ba nhớ lại những lời giảng dạy của Đức Phật mà Ba đã học từ Ngài, hãy nói rằng: "*xin Ba, (xin Anh) hãy dũng mãnh ra đi, đường trần đâu có gì mà luyến tiếc, hãy buông bỏ hết mà ra đi thanh thản, hãy đừng luyến tiếc quá khứ, đừng tiếc thương bịn rịn, tất cả thân, tâm và thế giới đều là hư giả, đều như giấc mộng, đều là huyễn hoá, đều như bong bóng, như hạt sương đầu ngọn cỏ, đều như bóng của người, bóng của cây, của vật, không thật như đức Phật đã dạy trong kinh Kim Cang: "Nhất thiết hữu vi pháp, Như mộng huyễn bào ảnh, Như lộ diệc như điển, Ưng tác như thị quán.*" Nếu không nói được thành lời hãy viết ra và đọc nhỏ nhẹ nhưng rõ ràng cho Ba nghe.

-Ba chọn cách hỏa táng, di thể của Ba bỏ vào trong quan tài gỗ mỏng hay nằm trên miếng ván cũng được, sau khi hỏa thiêu, không lập bài vị, không lập bia, không xây mộ. Và bất cứ khi nào thuận tiện, không nhất thiết là sau 49 ngày hay 100 ngày như tập tục, hãy mang tro rải ngoài sông hay ngoài biển, bãi biển Del Mar hay Huntington Beach cũng tiện vì gần các con. Nếu các con muốn để nhà quàn lo chuyện rải tro ngoài biển cũng không sao, Ba đã ký hợp đồng với họ rồi, trong đó đã có điều khoản này, chỉ là cát bụi thôi. Thần thức Ba đã đi theo nghiệp rồi. Mọi chi phí hậu sự Ba đã thanh trả (Full prepaid), các con không cần phải bận tâm.

-Việc nhớ ngày chết hay ngày sinh của Ba cũng không cần thiết. Ngày chết cũng là ngày sinh của Ba, đó chỉ là ngày chuyển tiếp hay còn gọi là ngày tiếp nối trong một chuỗi dài sinh tử. Mỗi năm đến ngày Father Day, Mother Day hay ngày lễ Vu Lan của Phật Giáo 15 tháng 7 Âm lịch tức khoảng giữa tháng 8 Dương lịch, nếu các con và các cháu còn nhớ đến Ba, đến ông Ngoại, đến Mẹ, bà Ngoại hãy hẹn hò cùng nhau ra một nhà hàng nào đó dùng một bữa cơm thân mật nhắc về Ba, về ông Ngoại, về Mẹ, về bà Ngoại đã có công sinh thành và dưỡng dục, đã mang các con và các cháu đến bến bờ tự do là đủ.

-Với mẹ con và cả các con, Ba muốn nhắn nhủ rằng trên đời nầy không có tình yêu thương nào bất diệt, không có bất cứ thứ gì là bất diệt. Tình yêu thương hay còn gọi là ái tình chỉ là một cảm xúc nhất thời hay trong một giai đoạn ngắn hoặc dài.

Cảm giác này, sẽ theo thời gian và hoàn cảnh mà biến thiên, thay đổi, cái đau khổ hay hạnh phúc cũng sẽ từ từ nhạt nhòa đi. Không nên cứ ôm ấp cái ảo ảnh yêu thương mãi mãi. Tất cả là vô thường. Sum hợp gia đình, thân thích đều là duyên phận, bất luận trong kiếp này chúng ta sống chung với nhau được bao lâu, như thế nào, nên trân quý khoảng thời gian chúng ta được chung sống với nhau. Kiếp sau, dù ta có thương hay không thương, cũng không có dịp gặp lại nhau đâu, họa chăng nếu có cũng chỉ là duyên nợ mà thôi, mặc dù lúc đó không biết nhau.

Tất cả chúng ta có mặt với nhau ở đây không phải tự nhiên mà do có nhân duyên với nhau nhiều đời nên nay mới gặp. Từ duyên mà có, cũng từ duyên mà tan. Đủ duyên thì còn, hết duyên thì hết. Mười năm hay một trăm năm của một đời người, cũng chỉ là một đoạn đường ngắn trong chuỗi thời gian dài vô tận. Chúng ta chỉ có thể có duyên cùng đi với nhau chỉ một đoạn nào đó thôi. Cuộc đời là vô thường, do lẽ đó các con và các cháu hãy đừng buồn khổ.

Ngày viết: 15/1/2026 tại TP. Garden Grove, bang California.

VỀ TÁC GIẢ

Tâm Diệu là pháp danh và là bút hiệu khi viết về Phật giáo. Thế danh là Nguyễn Xuân Quang. Trong họ gọi là Nguyễn Văn Hòa, sinh năm 1943 tại làng Dung tỉnh Hưng Yên, di cư vào Nam năm 1954 và qua Hoa Kỳ tháng 4 năm 1975. Tốt nghiệp Cử Nhân kép Khoa Học Kế Toán và Cử nhân Khoa Học Điện Toán từ Viện Đại học University of Mississippi, Oxford, Hoa kỳ. Hiện định cư tại bang California.

Thọ Tam Quy Ngũ Giới năm 1967 với Hoà Thượng Thích Đôn Hậu tại Chùa Thiên Mụ Huế, thọ pháp với Hoà Thượng Thích Duy Lực năm 1990 tại Hoa Kỳ và thọ Bồ Tát Giới năm 2000 tại Đại Giới Đàn Tịnh Khiết, chùa Tường Vân, Huế.

Sáng lập chủ biên *Thư Viện Hoa Sen* và chủ nhiệm nhà xuất bản sách Phật giáo *Ananda Viet Foundation.*

Soạn giả các sách về Phật học và Dinh dưỡng học đã được xuất bản chính thức tại Việt Nam và Hoa Kỳ:

- Thực Phẩm Rau Đậu Qua Lăng Kính Khoa Học (1997)
- Quan điểm về ăn chay của Đạo Phật (1998, 1999, 2000)
- Đậu nành, nguồn dinh dưỡng tuyệt hảo. (1999)
- Dinh dưỡng ngăn ngừa bệnh tật. (2000, 2002)
- Cẩm Nang Cư Sĩ (2000)
- Phật Giáo Trong Đời Sống (2014)
- Phật Giáo Trong Đời Sống | Sách song ngữ Việt Anh dịch bởi Nguyên Giác (2024)
-Ăn Chay Qua Lăng Kính Phật Giáo (2025)
- Vượt Thoát – Hồi Ký (2026)

Ngoài các sách đã xuất bản, Cư sĩ còn trước tác và dịch thuật hơn 40 tiểu luận về Phật học và dinh dưỡng học đã được đăng ở các tạp chí và các websites Phật giáo trong và ngoài nước.

Ebook ấn bản tiếng Việt:VƯỢT THOÁT
Ebook ấn bản tiếng Anh: VƯỢT THOÁT - ENGLISH
Đọc online: https://thuvienhoasen.org/a37629/vuot-thoat

www.ingramcontent.com/pod-product-compliance
Lightning Source LLC
LaVergne TN
LVHW072313081026
849580LV00029B/1647